UNDIRKYNDIR LAVENDEL FÉLAGIÐ 2024

Uppgötvaðu fegurð og fjölhæfni Lavender með 100 dásemdum

Dora Helgadóttir

Höfundarréttarefni ©2024

Allur réttur áskilinn

Engan hluta þessarar bókar má nota eða senda á nokkurn hátt eða á nokkurn hátt án skriflegs samþykkis útgefanda og höfundarréttarhafa, nema stuttar tilvitnanir sem notaðar eru í umsögn. Þessi bók ætti ekki að koma í staðinn fyrir læknisfræðilega, lögfræðilega eða aðra faglega ráðgjöf.

EFNISYFIRLIT

EFNISYFIRLIT **3**
KYNNING **6**
MORGUNMATUR OG BRUNCH **7**
   1. Lavender hunang croissants 8
   2. Lavender heitt súkkulaði 10
   3. Dalgona Lavender ískaffi 12
   4. Apríkósu-lavender Crêpe s 14
   5. Lavender mjólk 17
   6. Lavender kirsuberjahafrar yfir nótt 19
   7. Lavender hunang kleinuhringir 21
   8. Lavender pönnukökur 23
   9. Lavender pistasíubiscotti 25
   10. Lavender jurtabrauð 28
   11. Lavender bláberja muffins 30
   12. Lavender bláberja pönnukökur 32
   13. Lavender jógúrt parfait 34
   14. Lavender innrennsli franskt brauð 36
   15. Lavender og sítrónuskónur 38
   16. Lavender Vanillu Chia Pudding 40
   17. Lavender bananabrauð 42
   18. Lavender Earl Grey temuffins 44
SNILLINGAR OG FORRÉTTIR **46**
   19. Limoncello ferningar með Lavender 47
   20. Lavender hunang Madeleines 49
   21. Lavender Earl Grey te innrennsli Brownies 51
   22. Lavender smákökur 53
   23. Lítil jarðaberjabökur með lavenderkremi 55
   24. Lavender Rice Krispy sælgæti 58
   25. Lavender haframjöl No Bake Energy Balls 61
   26. Lavender Honey Profiteroles 63
   27. Lavender Sugar Churros 65
   28. Lavender hummus með pítuflögum 67
   29. Lavender innrennsli popp 69
   30. Lavender geitaostur Crostini 71
   31. Lavender og rósmarín ristaðar hnetur 73
   32. Lavender og Lemon Deviled Egg 75
   33. Lavender og hunangsbökuð Brie 77
   34. Lavender og sítrónu Guacamole 79
   35. Lavender og kryddjurtaostur fylltir tómatar 81
AÐALRÉTTUR **83**
   36. Lavender hunangsgljáð svínalund 84

37. Lavender hunangsgljáður kjúklingur 86
38. Lavender sítrónu Grillaður lax 88
39. Lavender innrennsli sveppa risotto 90
40. Lavender og jurtaskorpu lambkótilettur 92
41. Lavender og sítrónu grillaðir kjúklingaspjót 94
42. Lavender og jurtaskorpubakaður þorskur 96
43. Lavender og rósmarín grillaðar svínakótilettur 98
44. Lavender Quinoa salat með grænmeti 100

EFTIRLITUR 102

45. Lavender Bavarois 103
46. Súkkulaði Lavender Dacquoise 105
47. Blackberry Lavender Macarons 108
48. Lavender Pot de Crème 111
49. Lavender Creme Brûlée 113
50. Earl Grey ís með Lavender 115
51. Lavender hvít súkkulaðimús 117
52. Pistasíu Lavender Semifreddo 119
53. Earl Grey Lavender íssamlokur 122
54. Lavender sorbet 124
55. Lavender Honey Gelato Affogato 126
56. Sítrónu og Lavender Flan 129
57. Lavender hunangssoppur 131
58. Lavender Panna Cotta með sítrónusírópi 133
59. No-Bake bláberja Lavender ostakaka 136
60. Bláberja lavender trönuberja stökkt 139
61. Lavender graníta 141
62. Lavender Ganache trufflur 143
63. Lavender grasaís 145
64. Berry Lavender Pie 148
65. Lavender bláberja handbökur 150
66. Lavender-poached ferskjur 152

KRYDDINGAR 154

67. Lavender gljáa 155
68. Lavender hunangssinnep 157
69. Lavender innrennsli ólífuolía 159
70. Lavender sykur 161
71. Jarðarberja Lavender sultu 163
72. Lavender Marinade 165
73. Lavender saltvatn fyrir alifugla 167
74. Blóðappelsínu lavendermarmelaði 169
75. Heimagerð Lavender olía 171
76. Lavender Vanillu Buttercream Frosting 173
77. Lavender hunang Wasabi 175

78. Lavender Vanilla Meyer sítrónumarmelaði 177
79. Sítrónu Lavender Marmelaði 179

DRYKKIR 181

80. Romm, Ube og Lavender Lassi 182
81. Bláberja Lavender innrennsli vatn 184
82. Gúrka Lavender Vatn 186
83. Greipaldin-lavender vatn 188
84. Appelsína og lavender 190
85. Sweet Lavender Milk Kefir 192
86. Bláberja sítrónu Lavender kefir 194
87. Lavender mjólkurte 196
88. Rósa- og Lavendervín 198
89. Myntu og lavender te 200
90. Bláberja og lavender íste 202
91. Tangerínu og lavender íste 204
92. Lavender & Fennel Seed Te 206
93. Lavender -Rosemary líkjör 208
94. Vanilla, earl grey og lavender latte 210
95. Honey Lavender kaffi 213
96. Lavender sítrónudropi 215
97. Lavender-Honey Digestif 217
98. Lavender l iqueur 219
99. Lavender Cappuccino 221
100. Lavender Proffee 223

NIÐURSTAÐA 225

KYNNING

Velkomin í " UNDIRKYNDIR LAVENDEL FÉLAGIÐ 2024," leiðarvísir þinn til að uppgötva fegurð og fjölhæfni lavender með 100 yndislegum uppskriftum. Þessi félagi fagnar ilmandi og heillandi heimi lavender, sem býður þér að kanna matreiðslunotkun þess, ilmmeðferðarávinning og gleðina sem það veitir margs konar ánægju. Taktu þátt í ferðalagi sem nær út fyrir lavender-akrana og sökktu þér niður í listina að búa til dásemdir sem innihalda lavender.

Ímyndaðu þér umhverfi fyllt af róandi ilm af lavender, viðkvæmri fegurð góðgæti með lavender-innrennsli og rósemi sem fylgir því að innlima þessa fjölhæfu jurt í daglegu lífi þínu. " UNDIRKYNDIR LAVENDEL FÉLAGIÐ 2024" er ekki bara safn uppskrifta; það er könnun á notkun lavender í eldhúsinu, slökun og sjálfsumönnun. Hvort sem þú ert lavenderáhugamaður eða nýr í heimi þessarar arómatísku jurta, eru þessar uppskriftir gerðar til að hvetja þig til að njóta fegurðar og fjölhæfni lavender.

Allt frá eftirréttum sem innihalda lavender til róandi ilmmeðferðarblöndur og matreiðslugleði, hver uppskrift er hátíð viðkvæmra bragða, róandi eiginleika og sjónrænnar aðdráttarafls sem lavender færir sköpun þinni. Hvort sem þú ert að baka lavender smákökur, búa til lavender skammtapoka eða gera tilraunir með bragðmikla rétti sem innihalda lavender, þá er þessi félagi tilvalinn auðlind til að upplifa allt litrófið af lavender sælgæti.

Vertu með okkur þegar við kafum inn í ilmandi heim lavender, þar sem hver sköpun er til vitnis um fegurð og fjölhæfni þessarar ástsælu jurtar. Svo, safnaðu lavenderblómunum þínum, faðmaðu róandi andrúmsloftið og við skulum leggja af stað í yndislega ferð í gegnum " UNDIRKYNDIR LAVENDEL FÉLAGIÐ 2024."

MORGUNMATUR OG BRUNCH

1. Lavender hunang croissants

HRÁEFNI:
- Basic croissant deig
- ¼ bolli hunang
- 1 matskeið þurrkaður matreiðslu lavender
- 1 egg þeytt með 1 matskeið af vatni

LEIÐBEININGAR:
a) Fletjið croissant deigið út í stóran ferhyrning.
b) Skerið deigið í þríhyrninga.
c) Blandið hunangi og lavender saman í litla skál.
d) Dreifðu þunnu lagi af lavender hunangi á neðri helming hvers smjördeigs.
e) Setjið efsta helminginn af smjördeiginu aftur og þrýstið varlega niður.
f) Setjið smjördeigshornin á fóðraða ofnplötu, penslið með eggjaþvotti og látið hefast í 1 klukkustund.
g) Forhitið ofninn í 400°F (200°C) og bakið smjördeigshornin í 20-25 mínútur þar til þau eru gullinbrún.

2.Lavender heitt súkkulaði

HRÁEFNI:
- 2 bollar mjólk (mjólkur- eða önnur mjólk)
- 2 matskeiðar kakóduft
- 2 matskeiðar sykur (stilla eftir smekk)
- 1 tsk þurrkuð lavenderblóm
- ½ tsk vanilluþykkni
- Þeyttur rjómi og lavenderblöð til skrauts

LEIÐBEININGAR:
a) Hitið mjólkina í potti yfir meðalhita þar til hún er heit en ekki sjóðandi.
b) Þeytið saman kakóduft og sykur í lítilli skál.
c) Bætið þurrkuðu lavenderblómunum út í heitu mjólkina og látið malla í 5 mínútur. Fjarlægðu lavenderblómin.
d) Þeytið kakóblöndunni smám saman út í heitu mjólkina þar til hún hefur blandast vel saman og mjúk.
e) Hrærið vanilludropa út í.
f) Haltu áfram að hita heita súkkulaðið með lavender, hrærið af og til, þar til það nær tilætluðum hita.
g) Hellið í krús, toppið með þeyttum rjóma og skreytið með lavenderblöðum. Berið fram og njótið!

3.Dalgona Lavender Ískaffi

HRÁEFNI:
- 2 matskeiðar skyndikaffi
- 2 matskeiðar kornsykur
- 2 matskeiðar heitt vatn
- 1 bolli mjólk (hvaða sem er)
- ½ tsk matreiðslu lavender buds
- 1 tsk lavender síróp eða þykkni
- Ísmolar

LEIÐBEININGAR:
a) Blandið saman skyndikaffinu, kornsykri og heitu vatni í blöndunarskál.
b) Notaðu rafmagnshrærivél eða þeytara, þeytið blönduna á miklum hraða þar til hún verður þykk og froðukennd. Þetta tekur venjulega um 2-3 mínútur.
c) Hitið mjólkina við vægan hita í litlum potti þar til hún er orðin heit. Bætið matreiðslu lavender brumunum út í mjólkina og látið malla í um það bil 5 mínútur.
d) Sigtið mjólkina til að fjarlægja lavenderknappana og setjið innrennslismjólkina aftur í pottinn.
e) Bætið lavendersírópinu eða útdrættinum við innrennslismjólkina og hrærið vel til að blanda saman.
f) Fylltu glas með ísmolum.
g) Hellið mjólkinni með lavender yfir ísmola og fyllið glasið um það bil þrjá fjórðu.
h) Setjið þeytta kaffið ofan á mjólkina og myndar lagskipt áhrif.
i) Hrærið löguninum varlega saman áður en þið njótið.
j) Valfrjálst er hægt að skreyta með því að stökkva af matreiðslu lavender brum eða lavender sykri ofan á.
k) Berið fram Dalgona Lavender ískaffið kælt og njótið!

4.Apríkósu-lavender Crêpe s

HRÁEFNI:
- 1½ matskeið smjör
- ½ bolli Mjólk
- 1½ matskeið hnetuolía
- 6½ matskeiðar Alhliða hveiti
- 1 matskeið Sykur, ríkulegur
- 1 egg
- ⅓ teskeið Ferskt lavenderblóm
- 14 Þurrkaðar apríkósur, tyrkneskar
- 1 bolli Rieslingvín
- 1 bolli Vatn
- 1½ tsk appelsínubörkur, rifinn
- 3 matskeiðar hunang
- ½ bolli Rieslingvín
- ½ bolli Vatn
- 1 bolli Sykur
- 1 matskeið appelsínubörkur
- ½ matskeið lime börkur
- 1 tsk ferskt lavenderblóm
- 1 klípa tartarkrem
- Bragðbætt þeyttur rjómi, valfrjálst
- Lavender greinar, til skrauts

LEIÐBEININGAR:
Crêpe SLAGUR
a) Bræðið smjör við meðalhita.
b) Haltu áfram að hita þar til smjörið er orðið ljósbrúnt á litinn.
c) Bætið mjólk út í og hitið aðeins.
d) Flyttu blönduna yfir í skál. Þeytið restina af hráefninu saman við þar til slétt.
e) Kælið í klukkutíma eða lengur.
f) Eldið crêpes með plastfilmu eða smjörpappír á milli til að koma í veg fyrir að þær festist.
g) Geymið í kæli þar til það er tilbúið til notkunar.
APRÍKÓSUFYLLING
h) Blandið öllu hráefninu saman í pott.

i) Látið malla í um hálftíma, eða þar til apríkósurnar eru orðnar mjúkar.
j) Maukið blönduna í matvinnsluvél þar til hún er næstum slétt. Flott.

RIESLING SÓSA

k) Blandið öllu hráefninu saman í pott.
l) Látið suðuna koma upp, hrærið þar til sykurinn er uppleystur.
m) Penslið niður hliðarnar á pottinum með pensli sem dýft er í köldu vatni til að koma í veg fyrir kristöllun.
n) Eldið, burstið stundum niður í 240 gráður F. á sælgætishitamæli.
o) Taktu af loganum og dýfðu botninum á pottinum í ísvatn til að hætta að elda.
p) Slappaðu af.

AÐ ÞJÓNA

q) Rúllaðu 3 matskeiðar af fyllingu inn í hverja Crêpe, leyfðu tveimur Crêpes í hverjum skammti.
r) Raðaðu crêpes upp í smurt eldfast mót.
s) Hyljið með álpappír smurðri að innan. Hitið í 350 gráður F. ofni.
t) Flyttu Crêpes yfir á diska. Hellið sósu yfir og utan um Crêpes.
u) Skreytið með þeyttum rjóma ef vill og lavender greinar.

5. Lavender mjólk

HRÁEFNI:

- 1 bolli jurtamjólk
- ½ tsk þurrkaður matreiðslu lavender
- ½ tsk þurrkuð kamille
- ¼ tsk ashwagandha rótarduft
- ¼ tsk hreint vanilluþykkni
- 1 matskeið sætuefni
- ½ matskeið náttúrulegur matarlitur

LEIÐBEININGAR:

a) Bætið mjólkinni, lavender, kamille, ashwagandha dufti, vanillu og matarlit í lítinn pott. Þeytið saman.

b) Hitið við meðalhita á eldavélinni. Hrærið af og til, hitið í 5 mínútur, svo innihaldsefnin fái tíma til að blanda í mjólkina. Létt krauma með smá gufu er best. Lækkið hitann ef lavendermjólk byrjar að sjóða.

c) Taktu lavendermjólkina af hitanum og síaðu í gegnum fínmöskjulegt te sigti í bolla eða krús.

d) Hrærið hunanginu eða hlynsírópinu saman við. Ég notaði 1 matskeið en ekki hika við að nota meira og minna eftir smekk eða ekkert.

6.Lavender kirsuberjahafrar yfir nótt

HRÁEFNI:
- 1 bolli kasjúhnetur
- 2 ½ bollar vatn
- ½ tsk þurrkaður matreiðslu lavender
- 1 matskeið sykur
- 1 tsk ferskur sítrónusafi
- 1 tsk hreint vanilluþykkni
- 1 bolli rúllaðir hafrar
- 1 bolli fersk kirsuber, grófhreinsuð og helminguð
- 2 matskeiðar sneiðar möndlur

LEIÐBEININGAR:
a) Setjið kasjúhnetur og vatn í kraftmikinn blandara og maukið þar til það er mjög rjómakennt og slétt. Það fer eftir styrkleika blandarans, þetta getur tekið allt að 5 mínútur.
b) Bætið við lavender, sykri, sítrónusafa, vanilluþykkni og smá klípu af salti. Púls til að sameina, síið síðan með netsíi eða hnetumjólkurpoka.
c) Setjið cashew-lavender mjólkina í skál og hrærið höfrunum saman við. Lokið og setjið í ísskáp og látið liggja í bleyti í 4-6 tíma eða yfir nótt.
d) Til að bera fram skaltu hella höfrum í tvær skálar og bæta við kirsuberjum og möndlum. Njóttu!

7. Lavender hunang kleinuhringir

HRÁEFNI:
- 1 ½ bolli alhliða hveiti
- ½ bolli kornsykur
- 2 tsk lyftiduft
- ¼ tsk salt
- ¼ bolli jurtaolía
- ½ bolli mjólk
- 2 stór egg
- 1 tsk þurrkuð lavenderblóm
- 2 matskeiðar hunang

LEIÐBEININGAR

a) Forhitaðu ofninn þinn í 350°F (180°C) og smyrjið kleinuhringjapönnu með eldunarúða.
b) Hrærið saman hveiti, sykri, lyftidufti og salti í stórri skál.
c) Í annarri skál, þeytið saman olíu, mjólk, egg, lavender og hunang.
d) Hellið blautu hráefnunum í þurrefnin og blandið þar til það hefur blandast saman.
e) Setjið deigið með skeið í tilbúna kleinuhringjapönnu, fyllið hvert mót um það bil ¾ af leiðinni fullt.
f) Bakið í 12-15 mínútur eða þar til tannstöngull sem stungið er í miðjuna á kleinuhring kemur hreinn út.
g) Látið kleinuhringina kólna á pönnunni í nokkrar mínútur áður en þær eru færðar yfir á vírgrind til að kólna alveg.

8.Lavender pönnukökur

HRÁEFNI:
- 1 bolli alhliða hveiti
- 1 matskeið sykur
- 1 tsk lyftiduft
- ½ tsk matarsódi
- ¼ tsk salt
- 1 bolli súrmjólk
- 1 stórt egg
- 2 matskeiðar bráðið smjör
- 1 msk þurrkaðir lavenderknappar

LEIÐBEININGAR:

a) Hrærið saman hveiti, sykri, lyftidufti, matarsóda og salti í blöndunarskál.

b) Hrærið saman súrmjólk, eggi og bræddu smjöri í sérstakri skál.

c) Hellið blautu hráefnunum í þurrefnin og hrærið þar til það hefur blandast saman.

d) Brjótið þurrkuðu lavenderknappana saman við.

e) Hitið pönnu eða pönnu sem festist ekki við meðalhita og smyrjið létt.

f) Hellið ¼ bolla af deigi á pönnu fyrir hverja pönnuköku. Eldið þar til loftbólur myndast á yfirborðinu, snúið svo við og eldið í 1-2 mínútur í viðbót.

g) Endurtaktu með afganginum af deiginu. Berið pönnukökurnar fram með því að stökkva af viðbótar þurrkuðum lavenderknappum ofan á.

9.Lavender pistasiubiscotti

HRÁEFNI:
- ½ bolli skurnar pistasíuhnetur
- 8 matskeiðar (1 stafur) ósaltað smjör, við stofuhita
- ¾ bollar sykur
- 1 msk þurrkaðir lavender blómknappar
- 1 tsk vanilluþykkni
- 2 egg
- 2 bollar óbleikt hveiti, auk meira til að hnoða
- 1½ tsk lyftiduft
- ½ tsk salt

LEIÐBEININGAR:
a) Forhitið ofninn í 325°F.
b) Ristið pistasíuhneturnar á pönnu við meðalhita og hristið stöðugt þar til þær eru aðeins brúnar, um það bil 5 mínútur. Þegar það er kalt, saxið gróft og setjið til hliðar.
c) Í hrærivélarskál, kremið smjörið og sykurinn með handþeytara þar til það hefur blandast vel saman.
d) Bætið lavenderknappunum, vanillu og eggjum út í og þeytið þar til froðukennt.
e) Blandið saman hveiti, lyftidufti og salti í stórri skál. Hrærið til að blandast vel saman.
f) Bætið þurrefnunum við rjómablönduna og haltu áfram að þeyta þar til það hefur blandast vel saman. Brjótið hnetunum saman við.
g) Takið kexdeigið úr skálinni með hveitistráðum höndum. Það verður frekar blautt og klístrað.
h) Stráið smá hveiti á borðplötuna og hnoðið því í kökudeig þar til það er meðfærilegt. Ekki ofvinna deigið.
i) Myndaðu langan kökustokk sem er 3 tommur á breidd og 12 til 14 tommur á lengd. Sléttu út allar sprungur eða göt. Setjið á bökunarplötu.
j) Bakið kökustokkinn í 25 til 30 mínútur. Það ætti samt að sýna fingurdrykk þegar ýtt er á hann.
k) Látið það kólna í 30 mínútur. Notaðu serrated hníf, skera biscotti í 1 tommu þykkar sneiðar.
l) Dreifið biscottiinu á sömu bökunarplötu og bakið í 15 til 20 mínútur til viðbótar. Látið kólna alveg.
m) Biscottið á að vera mjög stökkt. Geymið í loftþéttu íláti.

10.Lavender jurtabrauð

HRÁEFNI:

- 1 pakki Virkt þurrger
- ¼ bolli ; Volgt vatn
- 1 bolli Fitulítill kotasæla
- ¼ bolli Hunang
- 2 matskeiðar Smjör
- 1 tsk Þurrkaðir lavenderknappar
- 1 matskeið Ferskt sítrónutímían
- ½ matskeið fersk basil; smátt saxað
- ¼ teskeið Matarsódi
- 2 Egg
- 2½ bolli Óbleikt hveiti
- Smjör

LEIÐBEININGAR:

a) Leysið gerið upp í vatni í lítilli skál.
b) Blandið saman kotasælu, hunangi, smjöri, kryddjurtum, matarsóda og eggjum í stærri skál. Hrærið gerblöndunni saman við. Bætið hveiti smám saman út í til að mynda stíft deig, þeytið vel eftir hverja viðbót.
c) Lokið og látið lyfta sér í um það bil 1 klukkustund, eða þar til tvöfaldast í magni.
d) Hrærið deigið niður með skeið. Setjið í vel smurða pott
e) Bakið við 350 F. í eina klukkustund fyrir stórt brauð, 20 til 30 mínútur fyrir lítil brauð

11. Lavender bláberja muffins

HRÁEFNI:
- 2 bollar alhliða hveiti
- 1/2 bolli sykur
- 1 matskeið þurrkuð lavenderblóm (matarhæft)
- 1 matskeið lyftiduft
- 1/2 tsk salt
- 1 bolli mjólk
- 1/2 bolli ósaltað smjör, brætt
- 1 stórt egg
- 1 tsk vanilluþykkni
- 1 bolli fersk bláber

LEIÐBEININGAR:
a) Forhitið ofninn í 375°F (190°C) og klæddu muffinsform með pappírsfóðri.
b) Hrærið saman hveiti, sykri, þurrkuðum lavender, lyftidufti og salti í stórri skál.
c) Í annarri skál, þeytið saman mjólk, bræddu smjöri, eggi og vanilluþykkni.
d) Bætið blautu hráefnunum við þurrefnin og hrærið þar til það hefur blandast saman.
e) Blandið bláberjunum varlega saman við.
f) Skiptið deiginu á milli muffinsformanna og bakið í 18-20 mínútur eða þar til tannstöngull sem stungið er í miðjuna kemur hreinn út.

12.Lavender bláberja pönnukökur

HRÁEFNI:
- 1 bolli alhliða hveiti
- 1 matskeið sykur
- 1 tsk lyftiduft
- 1/2 tsk matarsódi
- 1/4 tsk salt
- 1 bolli súrmjólk
- 1 stórt egg
- 2 matskeiðar bráðið smjör
- 1 msk þurrkaðir lavenderknappar
- 1 bolli fersk bláber

LEIÐBEININGAR:
a) Í skál, þeytið saman hveiti, sykur, lyftiduft, matarsóda og salt.
b) Í sérstakri skál, þeytið súrmjólk, egg, bræddu smjöri og þurrkuðum lavenderknappum.
c) Hellið blautu hráefnunum í þurrefnin og hrærið þar til það hefur blandast saman.
d) Blandið ferskum bláberjum varlega saman við.
e) Steikið pönnukökur á pönnu eða pönnu við meðalhita þar til þær eru gullinbrúnar á báðum hliðum.

13.Lavender jógúrt parfait

HRÁEFNI:
- 1 bolli grísk jógúrt
- 2 matskeiðar hunang
- 1 tsk þurrkuð lavenderblóm
- 1/2 bolli granola
- Fersk ber (td jarðarber, bláber)

LEIÐBEININGAR:
a) Blandið grískri jógúrt, hunangi og þurrkuðum lavenderblómum saman í skál.
b) Í framreiðsluglösum eða skálum, settu lavender jógúrtina í lag með granóla og ferskum berjum.
c) Endurtaktu lögin þar til þú nærð toppnum.
d) Skreytið með viðbótar lavender og skvettu af hunangi.

14. Lavender innrennsli franskt brauð

HRÁEFNI:
- 4 brauðsneiðar
- 2 stór egg
- 1/2 bolli mjólk
- 1 tsk vanilluþykkni
- 1 msk þurrkaðir lavenderknappar
- Smjör til eldunar
- Hlynsíróp til framreiðslu

LEIÐBEININGAR:
a) Þeytið egg, mjólk, vanilluþykkni og þurrkaða lavenderknappa saman í grunnt fat.
b) Dýfðu hverri brauðsneið í eggjablönduna og tryggðu að hún sé húðuð á báðum hliðum.
c) Hitið smjör á pönnu við meðalhita og eldið bleytta brauðið þar til það er gullbrúnt á báðum hliðum.
d) Berið fram með ögn af hlynsírópi.

15. Lavender og sítrónuskónur

HRÁEFNI:

- 2 bollar alhliða hveiti
- 1/3 bolli sykur
- 1 matskeið lyftiduft
- 1/2 tsk salt
- 1 matskeið þurrkuð lavenderblóm
- Börkur af 1 sítrónu
- 1/2 bolli ósaltað smjör, kalt og skorið í teninga
- 2/3 bolli mjólk
- 1 tsk vanilluþykkni

LEIÐBEININGAR:

a) Forhitið ofninn í 425°F (220°C) og klæddu bökunarplötu með bökunarpappír.

b) Þeytið saman hveiti, sykur, lyftiduft, salt, þurrkað lavender og sítrónubörkur í stórri skál.

c) Bætið köldu smjörinu í teninga út í og notið fingurna til að nudda því inn í þurrefnin þar til blandan líkist grófum mola.

d) Hrærið mjólk og vanilluþykkni saman við þar til það er bara blandað saman.

e) Snúið deiginu út á hveitistráð yfirborð, klappið í hring og skerið í báta.

f) Setjið bátana á tilbúna bökunarplötu og bakið í 12-15 mínútur eða þar til þær eru gullinbrúnar.

16. Lavender Vanillu Chia Pudding

HRÁEFNI:

- 1/4 bolli chia fræ
- 1 bolli möndlumjólk (eða hvaða mjólk að eigin vali)
- 1 matskeið þurrkuð lavenderblóm
- 1 tsk vanilluþykkni
- Ferskir ávextir til áleggs

LEIÐBEININGAR:

a) Blandið saman chiafræjum, möndlumjólk, þurrkuðum lavenderblómum og vanilluþykkni í skál.

b) Lokið og setjið í kæli yfir nótt eða í að minnsta kosti 4 klukkustundir þar til chiafræin draga í sig vökvann.

c) Hrærið vel áður en borið er fram og toppið með ferskum ávöxtum.

17.Lavender bananabrauð

HRÁEFNI:

- 2 þroskaðir bananar, maukaðir
- 1/3 bolli brætt smjör
- 1 tsk þurrkaðir lavenderknappar
- 1 tsk vanilluþykkni
- 1 egg, þeytt
- 1 tsk matarsódi
- Klípa af salti
- 1 1/2 bollar alhliða hveiti

LEIÐBEININGAR:

a) Forhitið ofninn í 350°F (175°C) og smyrjið brauðform.
b) Blandið saman maukuðum bananum, bræddu smjöri, þurrkuðum lavenderknappum, vanilluþykkni og þeyttu eggi í stórri skál.
c) Bætið matarsóda, salti og hveiti út í bananablönduna og hrærið þar til það hefur blandast saman.
d) Hellið deiginu í tilbúið brauðformið og bakið í 60-65 mínútur eða þar til tannstöngull sem stungið er í miðjuna kemur hreinn út.

18.Lavender Earl Grey temuffins

HRÁEFNI:
- 2 bollar alhliða hveiti
- 1/2 bolli sykur
- 2 tsk lyftiduft
- 1/2 tsk matarsódi
- 1/4 tsk salt
- 1 matskeið þurrkuð lavenderblóm
- 1 bolli Earl Grey te, bruggað og kælt
- 1/3 bolli jurtaolía
- 1 egg
- 1 tsk vanilluþykkni

LEIÐBEININGAR:
a) Forhitið ofninn í 375°F (190°C) og klæddu muffinsform með pappírsfóðri.
b) Þeytið saman í skál hveiti, sykur, lyftiduft, matarsóda, salt og þurrkuð lavenderblóm.
c) Blandið brugguðu Earl Grey tei, jurtaolíu, eggi og vanilluþykkni í aðra skál.
d) Hellið blautu hráefnunum í þurrefnin, hrærið þar til það hefur blandast saman.
e) Skiptið deiginu jafnt á milli muffinsbollanna og bakið í 18-20 mínútur eða þar til tannstöngull sem stungið er í miðjuna kemur hreinn út.

SNILLINGAR OG FORréttir

19.Limoncello ferningar með Lavender

HRÁEFNI:
FYRIR SKORPAN:
- 1 ½ bolli graham cracker mola
- ¼ bolli kornsykur
- ½ bolli ósaltað smjör, brætt

FYRIR FYLLINGU:
- 2 bollar sykruð þétt mjólk
- ½ bolli ferskur sítrónusafi
- ¼ bolli Limoncello líkjör
- 2 tsk þurrkuð lavenderblóm

LEIÐBEININGAR:
a) Forhitið ofninn í 350°F (175°C). Smyrjið 9x9 tommu bökunarform.
b) Í blöndunarskál, blandaðu saman graham kex molunum, kornsykri og bræddu smjöri. Hrærið þar til molarnir eru jafnhúðaðir.
c) Þrýstu molablöndunni í botninn á tilbúnu bökunarforminu til að mynda skorpuna.
d) Bakið skorpuna í forhituðum ofni í 10 mínútur. Takið úr ofninum og látið kólna.
e) Í sérstakri blöndunarskál, þeytið saman sykraða þétta mjólkina, sítrónusafann, Limoncello líkjörinn og þurrkuð lavenderblóm þar til þau hafa blandast vel saman.
f) Hellið fyllingarblöndunni yfir kælda skorpuna og dreifið henni jafnt yfir.
g) Setjið pönnuna aftur í ofninn og bakið í 15 mínútur til viðbótar.
h) Takið úr ofninum og látið kólna í stofuhita.
i) Kælið pönnuna í að minnsta kosti 2 klukkustundir, eða þar til fyllingin hefur stífnað.
j) Skerið í ferninga og berið fram hina yndislegu Limoncello ferninga með Lavender.

20.Lavender hunang Madeleines

HRÁEFNI:

- 1 tsk bráðið smjör fyrir madeleinesbakkann
- 2 stór egg
- 3 aura (80g) flórsykur
- 3½ aura (100 g) smjör, brætt og kælt aðeins
- 2 matskeiðar (30g) hunang
- ½ sítróna, aðeins börkur
- 1 tsk ferskur sítrónusafi
- 3½ aura (100 g) alhliða hveiti
- ¾ tsk lyftiduft
- 2 tsk þurr lavenderblóm
- 3 tsk lavender þykkni

LEIÐBEININGAR:

a) Forhitið ofninn í 400°F (200°C). Penslið madeleinebakkann með bræddu smjöri eða notið matreiðsluúða, stráið síðan hveiti yfir með hveiti til að húða formin og sláið úr umfram hveiti.
b) Þeytið eggin og flórsykurinn saman í skál þar til það er froðukennt. Bætið bræddu smjöri, hunangi, sítrónusafa og börki, lavenderþykkni út í og sigtið hveitið út í með lyftidufti. Hrærið vel til að blanda saman.
c) Blandið þurru lavenderblómunum í deigið og blandið vel saman. Látið deigið standa í 20 mínútur til að hvíla.
d) Hellið deiginu varlega í tilbúna madeleine bakkann og fyllið hvert mót um ¾ fullt.
e) Bakið madeleinurnar í 8-10 mínútur eða þar til blandan hefur lyft sér aðeins í miðjunni og er fullelduð. Madeleines eiga að vera létt gylltar á litinn.
f) Takið madeleinurnar úr ofninum og setjið þær yfir á vírgrind. Leyfið þeim að kólna aðeins áður en þær eru bornar fram.
g) Þessar yndislegu Lavender Honey Madeleines eru yndisleg skemmtun með fíngerðu bragði af lavender, sítrónu og hunangi. Þeir eru fullkomin æt gjöf fyrir ástvini þína, sérstaklega þegar pakkað er inn í lítinn plastpoka. Njóttu viðkvæma ilmsins og bragðsins með bolla af te eða kaffi!

21. Lavender Earl Grey te innrennsli Brownies

HRÁEFNI:
- 2 Earl Grey tepokar
- 1 msk þurrkaðir lavenderknappar
- 1 bolli ósaltað smjör
- 2 bollar kornsykur
- 4 stór egg
- 1 tsk vanilluþykkni
- 1 bolli alhliða hveiti
- ½ bolli kakóduft
- ¼ tsk salt
- ½ bolli hvít súkkulaðibitar

LEIÐBEININGAR:
a) Forhitaðu ofninn þinn í 350°F og smyrðu 9x13 tommu bökunarform.
b) Opnaðu Earl Grey tepokana og blandaðu lausu telaufunum saman við þurrkuðu lavenderknappana í lítilli skál.
c) Bræðið smjörið í potti við vægan hita. Bætið teinu og lavenderblöndunni út í og látið blandast í nokkrar mínútur. Sigtið úr teinu og lavendernum og látið smjörið kólna aðeins.
d) Blandið saman bræddu smjöri, sykri, eggjum og vanilluþykkni í blöndunarskál. Blandið vel saman.
e) Í sérstakri skál, þeytið saman hveiti, kakóduft og salt. Bætið þurrefnunum smám saman við blautu hráefnin og blandið þar til það hefur blandast saman.
f) Blandið hvítu súkkulaðibitunum saman við.
g) Hellið deiginu í tilbúið bökunarform og dreifið jafnt yfir.
h) Bakið í um það bil 25-30 mínútur, eða þar til tannstöngull sem stungið er í miðjuna kemur út með nokkrum rökum mola.
i) Leyfið brownies að kólna áður en þær eru skornar í ferninga.

22.Lavender smákökur

HRÁEFNI:

- ½ bolli ósaltað smjör, við stofuhita
- ½ bolli sælgætissykur, ósigtaður
- 2 tsk þurrkaðir lavenderblóm
- 1 tsk mulin þurrkuð spearmint lauf
- ⅛ teskeið kanill
- 1 bolli ósigtað hveiti

LEIÐBEININGAR:

a) Forhitaðu ofninn þinn í 325°F (163°C). Útbúið 8 tommu ferningslaga bökunarpönnu með því að fóðra það með álpappír og hylja álpappírinn létt með jurtaolíuúða.

b) Rjómaðu smjörið við stofuhita í blöndunarskál þar til það verður létt og loftkennt.

c) Hrærið sykri í sælgætisgerðinni, þurrkuðum lavenderblómum, muldum þurrkuðum spearmintlaufum og kanil saman við. Blandið þar til allt hráefnið hefur blandast vel saman.

d) Hrærið ósigtað hveitið smám saman inn í, haltu áfram að blanda þar til blandan verður mola.

e) Skafið sandkökublönduna í tilbúna bökunarformið og dreifið henni út þar til það er jafnt, þrýstið varlega á hana til að þjappa henni jafnt saman.

f) Bakið smákökur í forhituðum ofni í 25 til 30 mínútur, eða þar til þær verða létt gullin í kringum brúnirnar.

g) Lyftu bæði álpappírnum og bökuðu smákökunni varlega af pönnunni og yfir á skurðflöt.

h) Notaðu sertaðan hníf til að skera bökuðu smákökur í stangir eða ferninga.

i) Flyttu sneiðar kökurnar yfir á vírgrind til að leyfa þeim að kólna alveg.

j) Geymið heimatilbúnar lavender smákökur í þétt lokuðu formi til að halda þeim ferskum.

k) Njóttu dásamlegra lavender-smökkkökanna þinna sem sætt nammi með keim af ilmandi lavender og spearmint!

23.Lítil jarðaberjabökur með lavenderkremi

HRÁEFNI:
FYRIR Sítrónu-LAVENDER kremið:
- 16 aura venjuleg fitulaus jógúrt
- 3 til 4 matskeiðar sykur (stilla eftir smekk)
- 2 tsk sítrónubörkur
- Nokkrir dropar af appelsínuþykkni eða blómavatni
- 1 tsk þurrkaður lavender

FYRIR JARÐARBERJABÆTUR:
- 16 wonton umbúðir (3 tommur hver)
- Matreiðslusprey með smjörbragði
- 16 stór þroskuð jarðarber (um það bil 2 bollar)
- 2 msk rauð rifsberjahlaup, brætt með 1 msk vatni
- 2 matskeiðar saxaðar pistasíuhnetur

LEIÐBEININGAR:
FYRIR Sítrónu-LAVENDER kremið:

a) Tæmdu jógúrtina í 6 klukkustundir til að búa til jógúrt "ostur". Flyttu jógúrtostinn yfir í stóra blöndunarskál.

b) Þeytið sykurinn út í (byrjið á 3 msk og stillið eftir smekk), sítrónubörk, appelsínuþykkni eða blómavatni og þurrkuðum lavender. Blandið þar til það hefur blandast vel saman. Setja til hliðar.

FYRIR JARÐARBERJABÆTUR:

c) Forhitaðu ofninn þinn í 400 gráður F (200 ° C).

d) Úðið litlum (2 tommu) rifnum mótum með matreiðsluúða. Klæddu mótin með wonton umbúðum og tryggðu að þau hylji mótin alveg.

e) Sprautaðu innri sætabrauðsskeljarnar með eldunarúða og bakaðu þær í forhituðum ofni þar til þær verða stökkar og gullinbrúnar, um það bil 6 til 8 mínútur. Takið úr formunum og kælið á grind.

f) Undirbúðu jarðarberin með því að skera nokkrar samhliða sneiðar (um það bil ⅛ tommu í sundur) í hverju berjum, byrjaðu á oddhvassa endanum og sneið hálfa leið niður í gegnum berið. Flettu varlega út hvert jarðarber með fingrunum. Þú getur gert þetta skref fyrirfram.

g) Til að bera fram skaltu setja 2 matskeiðar af sítrónu-lavenderkreminu í hverja tartlettuskel.

h) Toppið hverja tartlettu með útblásnu jarðarberi og penslið jarðarberið með bræddu rifsberjahlaupi.

i) Stráið söxuðum pistasíuhnetum ofan á hverja tartlettu.

j) Berið hæfilega stóru jarðarberjabökuna fram með sítrónu-lavenderkremi strax og njótið!

k) Þessar yndislegu smábökur eru sætt og bragðgott meðlæti með snert af blóma lavender og sítruskenndri sítrónu.

24.Lavender Rice Krispy sælgæti

HRÁEFNI:
- 6 bollar Rice Krispy korn
- 16 aura poki eða 9 bollar lítill marshmallows
- 4 matskeiðar smjör
- ½ tsk vanilluþykkni
- ¼ tsk lavender þykkni
- 9 aura af fjólubláu bræðslusúkkulaði
- Strák
- Ferskur Lavender (valfrjálst)

LEIÐBEININGAR:
a) Bræðið smjörið og 7 bolla af litlum marshmallows í stórum potti við meðalhita. Hrærið á 15-30 sekúndna fresti þar til smjörið og marshmallows hafa blandast að fullu saman.
b) Blandið vanillu- og lavenderþykkni út í bræddu marshmallowblönduna.
c) Bætið Rice Krispy morgunkorninu út í og hrærið þar til allt er vel húðað með marshmallowblöndunni.
d) Leyfðu blöndunni að standa í 1 mínútu til að kólna aðeins.
e) Hrærið afganginum af mini marshmallows saman við þar til þau eru jafndreifð.
f) Úðið 9 x 13 tommu pönnu með eldunarúða sem festist ekki og flytjið síðan Rice Krispy blönduna yfir á pönnuna.
g) Úðið á hendurnar með eldunarúða sem er ekki stafur og þrýstið blöndunni niður í pönnuna til að mynda jafnt lag.
h) Setjið pönnuna í kæliskáp í að minnsta kosti 30 mínútur til að láta meðlætið stífna.
i) Á meðan meðlætið er að kólna, bræðið fjólubláa súkkulaðið í örbylgjuþolinni skál með 30 sekúndna millibili þar til það er alveg bráðnað.
j) Þegar Rice Krispy-nammið hefur kólnað og stífnað, skerið þær í staka skammta og setjið á bökunarplötu klædda bökunarpappír.
k) Dýfðu botninum ⅓ af hverri Rice Krispy nammi í brædda súkkulaðið. Bankaðu af umfram súkkulaði á hlið skálarinnar og skafðu síðan botninn.

l) Setjið dýfðu nammið aftur á bökunarpappírinn svo súkkulaðið þorni. Endurtaktu þetta ferli með því sem eftir er.
m) Þegar þú hefur lokið við að dýfa skaltu setja afganginn af bræddu súkkulaðinu í sprautupoka.
n) Dreypið súkkulaðinu ofan á Rice Krispy nammið.
o) Bætið við stökki og ferskum lavender til skrauts.

25. Lavender haframjöl No Bake Energy Balls

HRÁEFNI:

- 1½ bolli þurrt haframjöl
- 1 bolli slétt hnetusmjör eða hvaða hnetusmjör sem er að eigin vali
- ¼ bolli hunang
- ½ tsk lavender þykkni
- ¼ bolli þurrkuð trönuber
- 2 matskeiðar ósykrað rifin kókos
- ¼ bolli möndlumjöl
- 2 matskeiðar hörfræ eða sólblómafræ
- 1 tsk Lavender sjávarsalt

LEIÐBEININGAR:

a) Klæðið meðalstóra bökunarplötu með bökunarpappír og setjið til hliðar.

b) Blandið saman hnetusmjörinu og hunanginu í lítilli örbylgjuofnþolinni skál. Örbylgjuofn í 30 sekúndur eða þar til blandan er orðin mjúk. Bætið lavender þykkni út í og hrærið vel.

c) Í stóra skál, bætið því sem eftir er af þurrefnum, þar á meðal þurru haframjöli, þurrkuðum trönuberjum, rifnum kókoshnetu, möndlumjöli, hörfræjum eða sólblómafræjum og Lavender Fields Forever sjávarsalti.

d) Hrærið hnetusmjörinu, hunanginu og lavenderblöndunni út í skálina með þurrefnunum. Blandið þar til allt hefur blandast vel saman. Ef blandan er enn svolítið klístruð skaltu setja skálina í frysti í 10 mínútur áður en þú ferð í næsta skref.

e) Notaðu skeið til að ausa út hluta af blöndunni, um það bil 1 til 1½ stærð skammta. Notaðu lófann, rúllaðu hverjum skammti í litla kúlu og settu hana á tilbúna bökunarplötu. Endurtaktu þetta ferli fyrir blönduna sem eftir er.

f) Geymið bakkann með orkukúlunum í kæli í 30 mínútur til að hjálpa þeim að stífna.

g) Eftir kælingu, geymdu Lavender Oatmeal No Bake Energy Balls í stóru loftþéttu íláti.

26.Lavender Honey Profiteroles

HRÁEFNI:
- 1 bolli vatn
- 1/2 bolli ósaltað smjör
- 1 bolli alhliða hveiti
- 4 stór egg
- 1 bolli þeyttur rjómi
- 2 matskeiðar lavender hunang
- Ferskur lavender til skrauts

LEIÐBEININGAR:
a) Forhitaðu ofninn þinn í 400°F (200°C) og klæddu bökunarplötu með bökunarpappír.
b) Í pott, hitið vatn og smjör að suðu. Bætið hveiti út í og hrærið þar til slétt deig myndast.
c) Takið af hitanum og látið kólna í nokkrar mínútur. Bætið eggjum við einu í einu, þeytið vel eftir hverja viðbót.
d) Flyttu deigið yfir í pípupoka og settu litla hauga á bökunarplötuna. Bakið í 20-25 mínútur eða þar til þær eru gullinbrúnar.
e) Þeytið rjómann í skál þar til stífir toppar myndast. Brjótið varlega saman við lavender hunang.
f) Skerið gróðapólurnar í tvennt, fyllið með lavender hunangskremi og skreytið með fersku lavender.

27. Lavender Sugar Churros

HRÁEFNI:
- 1 bolli af sterku Earl Grey te
- 2 bollar af glútenfríu hveiti
- ¼ bolli lavender sykur
- 1 matskeið smjör
- 3 egg
- Olía til djúpsteikingar
- Lavender sykur til að rykhreinsa

LEIÐBEININGAR:
LAVENDER SYKUR:
a) Blandið saman sykrinum og nokkrum matskeiðum af matreiðslu lavenderknappum í matvinnsluvél.

b) Púlsaðu sykurinn í matvinnsluvélinni þar til lavenderinn er fínt saxaður og jafnt dreift um sykurinn.

CHURROS:
c) Setjið glútenlaust hveiti, lavendersykur og smjör í blöndunarskál.

d) Hellið bolla af sterku Earl Grey tei út í og blandið vandlega saman. Hitinn frá teinu mun bræða smjörið.

e) Bætið eggjunum út í og haltu áfram að hræra þar til þú færð slétt og teygjanlegt deig.

f) Flyttu hluta af deiginu í sprautupoka með rifnum stút.

g) Látið deigið varlega beint ofan í heita olíuna. Með því að halda pokanum nálægt olíunni kemur í veg fyrir skvett. Deigið er nógu þykkt til að hægt sé að pípa það án umfram raka.

h) Steikið churros þar til þeir verða fallega gullinbrúnir. Þú þarft að fletta þeim hálfa leið með því að nota töng til að tryggja að báðar hliðar séu fullkomlega eldaðar. Þær munu blása upp og verða skemmtilega bústnar, svo forðastu að yfirfylla pönnuna til að koma í veg fyrir að þau festist saman.

i) Kasta heitu churros strax í meiri lavendersykri og tryggðu að þau séu ríkulega húðuð ofan frá og niður.

j) Berið fram heitt og stökkt góðgæti strax.

28.Lavender hummus með pítuflögum

HRÁEFNI:

- 1 dós (15 aura) kjúklingabaunir, tæmd og skoluð
- 3 matskeiðar tahini
- 2 matskeiðar ólífuolía
- 1 matskeið sítrónusafi
- 1 hvítlauksgeiri, saxaður
- 1 tsk þurrkaðir lavenderknappar
- Salt og pipar eftir smekk
- Pítubrauð, skorið í þríhyrninga og bakað fyrir franskar

LEIÐBEININGAR:

a) Blandið saman kjúklingabaunum, tahini, ólífuolíu, sítrónusafa, hvítlauk, þurrkuðum lavenderknappum, salti og pipar í matvinnsluvél.
b) Blandið þar til slétt og rjómakennt.
c) Berið fram lavender hummusinn með bökuðum pítuflögum.

29.Lavender innrennsli popp

HRÁEFNI:

- 1/2 bolli poppkornskjarna
- 3 matskeiðar ósaltað smjör, brætt
- 1 matskeið þurrkuð lavenderblóm
- Salt eftir smekk

LEIÐBEININGAR:

a) Poppaðu poppkornskjarnana með því að nota þá aðferð sem þú vilt.
b) Bræðið smjör í litlum potti og bætið þurrkuðum lavenderblómum út í. Látið malla í nokkrar mínútur.
c) Sigtið smjörið með lavender og dreypið því yfir poppað poppið.
d) Hrærið poppinu til að hjúpa það jafnt og stráið salti yfir eftir smekk.

30.Lavender geitaostur Crostini

HRÁEFNI:
- 1/2 bolli hunang
- Klípa af lavender, ferskt eða þurrkað
- 2 ferskjur
- 1/2 baguette, skorið í 1 tommu sneiðar, ristað
- 6-8 aura geitaostur (hvers konar - ungur, gamall, þakinn ösku)
- Fersk myntulauf, chiffonade

LEIÐBEININGAR:
a) Hitið hunangið og lavender á lítilli pönnu við lágan hita í um það bil 4 mínútur. Takið af hellunni og leyfið hunanginu að kólna í rétt yfir stofuhita.
b) Skerið ferskjurnar í sneiðar, um það bil 1/4 tommu þykkar.
c) Dreifið ristuðu hringjunum með geitaosti. Toppið með ferskjusneiðum. Bætið við nokkrum myntusneiðum og hellið síðan létt með lavender-hunangsblöndunni.

31. Lavender og rósmarín ristaðar hnetur

HRÁEFNI:

- 2 bollar blandaðar hnetur (möndlur, pekanhnetur, kasjúhnetur)
- 2 matskeiðar bráðið smjör
- 1 msk þurrkaðir lavenderknappar
- 1 matskeið saxað ferskt rósmarín
- 1 matskeið púðursykur
- 1/2 tsk sjávarsalt

LEIÐBEININGAR:

a) Hitið ofninn í 350°F (175°C) og klæddu bökunarplötu með bökunarpappír.
b) Blandið saman bræddu smjöri, þurrkuðum lavenderknappum, söxuðu rósmaríni, púðursykri og sjávarsalti í skál.
c) Bætið blönduðu hnetunum í skálina og hrærið þar til þær eru vel húðaðar.
d) Dreifið hnetublöndunni á tilbúna bökunarplötu og steikið í 15-20 mínútur, hrærið í hálfa leið.
e) Látið hneturnar kólna áður en þær eru bornar fram.

32.Lavender og Lemon Deviled Egg

HRÁEFNI:
- 6 harðsoðin egg, afhýdd og skorin í tvennt
- 3 matskeiðar majónesi
- 1 tsk Dijon sinnep
- Börkur af 1 sítrónu
- 1/2 tsk þurrkaðir lavenderknappar
- Salt og pipar eftir smekk
- Ferskur graslaukur til skrauts

LEIÐBEININGAR:
a) Skerið eggjarauðurnar úr eggjahelmingunum og setjið þær í skál.
b) Maukið eggjarauðurnar og bætið við majónesi, Dijon sinnepi, sítrónuberki, þurrkuðum lavenderknappum, salti og pipar. Blandið þar til slétt.
c) Hellið eggjarauðublöndunni aftur í eggjahvíturnar með skeið.
d) Skreytið með ferskum graslauk áður en hann er borinn fram.

33.Lavender og hunangsbökuð Brie

HRÁEFNI:

- 1 hjól af Brie osti
- 2 matskeiðar hunang
- 1 tsk þurrkaðir lavenderknappar
- Sneið baguette eða kex til að bera fram

LEIÐBEININGAR:

a) Forhitið ofninn í 350°F (175°C).
b) Settu Brie-hjólið á eldfast mót.
c) Dreypið hunangi yfir Brie og stráið þurrkuðum lavenderknappum ofan á.
d) Bakið í 10-12 mínútur eða þar til Brie er orðið mjúkt og mjúkt.
e) Berið fram með sneiðum baguette eða kex.

34.Lavender og sítrónu Guacamole

HRÁEFNI:

- 3 þroskuð avókadó, maukuð
- 1 matskeið ferskur sítrónusafi
- Börkur af 1 sítrónu
- 1 tsk þurrkuð lavenderblóm
- 1/4 bolli rauðlaukur, smátt saxaður
- 2 matskeiðar ferskt kóríander, saxað
- Salt og pipar eftir smekk
- Tortilla flögur til framreiðslu

LEIÐBEININGAR:

a) Blandið saman maukuðum avókadó, sítrónusafa, sítrónuberki, þurrkuðum lavenderblómum, saxuðum rauðlauk og kóríander í skál.

b) Blandið vel saman og kryddið með salti og pipar eftir smekk.

c) Berið fram lavender og sítrónu guacamole með tortilla flögum.

35.Lavender og kryddjurtaostur fylltir tómatar

HRÁEFNI:
- Kirsuberjatómatar
- 8 aura rjómaostur, mildaður
- 1 tsk þurrkaðir lavenderknappar
- 1 msk ferskur graslaukur, saxaður
- Salt og pipar eftir smekk

LEIÐBEININGAR:
a) Skerið toppana af kirsuberjatómötum og ausið fræin út.
b) Blandið saman mjúkum rjómaosti, þurrkuðum lavenderknappum, saxuðum graslauk, salti og pipar í skál.
c) Fylltu hvern kirsuberjatómat með lavender- og kryddjurtaostablöndunni.
d) Kældu í ísskáp áður en það er borið fram.

AÐALRÉTTUR

36.Lavender hunangsgljáð svínalund

HRÁEFNI:
- 2 svínalundir
- 2 matskeiðar þurrkuð lavenderblóm
- 1/4 bolli hunang
- 3 matskeiðar Dijon sinnep
- 2 hvítlauksgeirar, saxaðir
- Salt og pipar eftir smekk

LEIÐBEININGAR:
a) Forhitið ofninn í 375°F (190°C).
b) Hitið hunang, Dijon sinnep, hakkað hvítlauk, þurrkað lavender, salt og pipar í litlum potti yfir meðalhita þar til það hefur blandast vel saman.
c) Setjið svínalundirnar í eldfast mót og penslið Lavender hunangsgljáa yfir þær.
d) Bakið í 25-30 mínútur eða þar til innra hitastigið nær 145°F (63°C).
e) Látið svínakjötið hvíla í nokkrar mínútur áður en það er skorið í sneiðar.

37. Lavender hunangsgljáður kjúklingur

HRÁEFNI:
- 4 beinlausar, roðlausar kjúklingabringur
- 2 matskeiðar þurrkaðir lavenderknappar
- 1/4 bolli hunang
- 2 matskeiðar ólífuolía
- Salt og pipar eftir smekk

LEIÐBEININGAR:
a) Forhitið ofninn í 375°F (190°C).
b) Blandið saman þurrkuðum lavenderknappum, hunangi, ólífuolíu, salti og pipar í litla skál til að búa til gljáa.
c) Setjið kjúklingabringur í eldfast mót og penslið Lavender hunangsgljáa yfir þær.
d) Bakið í 25-30 mínútur eða þar til kjúklingurinn er eldaður í gegn.
e) Skreytið með ferskum lavender greinum áður en borið er fram.

38. Lavender sítrónu Grillaður lax

HRÁEFNI:
- 4 laxaflök
- 1 matskeið þurrkuð lavenderblóm
- Börkur og safi úr 1 sítrónu
- 2 matskeiðar ólífuolía
- Salt og pipar eftir smekk

LEIÐBEININGAR:
a) Forhitið grillið í meðalháan hita.
b) Blandið saman þurrkuðum lavenderblómum, sítrónuberki, sítrónusafa, ólífuolíu, salti og pipar í skál.
c) Penslið lavenderblönduna yfir laxaflökin.
d) Grillið laxinn í 4-5 mínútur á hlið eða þar til hann flagnar auðveldlega með gaffli.
e) Berið fram með sítrónubát og strá af ferskum lavender.

39.Lavender innrennsli sveppa risotto

HRÁEFNI:
- 1 bolli Arborio hrísgrjón
- 1/2 bolli þurrt hvítvín
- 4 bollar grænmetis- eða kjúklingasoð, haldið heitu
- 1 msk þurrkaðir lavenderknappar
- 1 bolli ýmsir sveppir, skornir í sneiðar
- 1/2 bolli rifinn parmesanostur
- 2 matskeiðar smjör
- Salt og pipar eftir smekk

LEIÐBEININGAR:
a) Á stórri pönnu, steikið sveppi þar til þeir eru mjúkir. Setja til hliðar.
b) Á sömu pönnu, bætið Arborio hrísgrjónum út í og eldið þar til þau eru létt ristuð.
c) Hellið hvítvíninu út í og eldið þar til það er gufað upp.
d) Bætið heitu seyði smám saman út í, einni sleif í einu, hrærið stöðugt þar til það er frásogast.
e) Hrærið þurrkuðum lavenderknappum saman við og haltu áfram að elda þar til hrísgrjónin eru rjómalöguð og mjúk.
f) Blandið steiktum sveppum, parmesanosti, smjöri, salti og pipar saman við.

40. Lavender og jurtaskorpu lambkótilettur

HRÁEFNI:

- 8 lambakótelettur
- 2 matskeiðar þurrkuð lavenderblóm
- 1 matskeið ferskt rósmarín, saxað
- 1 msk ferskt timjan, saxað
- 3 hvítlauksgeirar, saxaðir
- 2 matskeiðar ólífuolía
- Salt og pipar eftir smekk

LEIÐBEININGAR:

a) Forhitið ofninn í 400°F (200°C).
b) Blandið saman þurrkuðum lavenderblómum, söxuðu rósmaríni, timjani, söxuðum hvítlauk, ólífuolíu, salti og pipar í skál.
c) Nuddaðu lavender-jurtablöndunni yfir lambaketilið.
d) Hitið pönnu yfir meðalháan hita og steikið lambakóteleturnar á hvorri hlið.
e) Setjið kótelletturnar yfir í eldfast mót og steikið í ofni í 15-20 mínútur eða þar til þær eru tilbúnar.
f) Leyfið lambakótilettunum að hvíla í nokkrar mínútur áður en þær eru bornar fram.

41. Lavender og sítrónu grillaðir kjúklingaspjót

HRÁEFNI:
- 2 pund beinlaus, roðlaus kjúklingalæri, skorin í teninga
- 2 matskeiðar þurrkaðir lavenderknappar
- Börkur og safi úr 2 sítrónum
- 3 matskeiðar ólífuolía
- 2 hvítlauksgeirar, saxaðir
- Salt og pipar eftir smekk
- Viðarspjót, liggja í bleyti í vatni

LEIÐBEININGAR:
a) Blandið saman þurrkuðum lavenderknappum, sítrónuberki, sítrónusafa, ólífuolíu, söxuðum hvítlauk, salti og pipar í skál.
b) Þræðið kjúklingabita á bleytu teinin.
c) Penslið lavender-sítrónumarineringu yfir kjúklinginn.
d) Grillið teinarnir í 8-10 mínútur, snúið öðru hverju, þar til þær eru fulleldaðar.

42. Lavender og jurtaskorpubakaður þorskur

HRÁEFNI:

- 4 þorskflök
- 1 matskeið þurrkuð lavenderblóm
- 2 matskeiðar fersk steinselja, söxuð
- 1 msk ferskt dill, saxað
- 3 matskeiðar brauðrasp
- 2 matskeiðar ólífuolía
- Salt og pipar eftir smekk
- Sítrónubátar til framreiðslu

LEIÐBEININGAR:

a) Forhitið ofninn í 375°F (190°C).
b) Blandið saman þurrkuðum lavenderblómum, saxaðri steinselju, söxuðu dilli, brauðmylsnu, ólífuolíu, salti og pipar í skál.
c) Setjið þorskflök á bökunarplötu og þrýstið lavender-jurtablöndunni ofan á hvert flak.
d) Bakið í 15-20 mínútur eða þar til fiskurinn er ógagnsær og flagnar auðveldlega.
e) Berið fram með sítrónubátum.

43. Lavender og rósmarín grillaðar svínakótilettur

HRÁEFNI:
- 4 svínakótilettur með beinum
- 1 msk þurrkaðir lavenderknappar
- 2 matskeiðar ferskt rósmarín, saxað
- 3 matskeiðar balsamik edik
- 2 matskeiðar ólífuolía
- Salt og pipar eftir smekk

LEIÐBEININGAR:
a) Forhitið grillið í meðalháan hita.
b) Blandið saman þurrkuðum lavenderknappum, söxuðu rósmaríni, balsamikediki, ólífuolíu, salti og pipar í skál.
c) Nuddaðu lavender-rósmarínblöndunni yfir hverja svínakótilettu.
d) Grillið svínakótilletturnar í 5-7 mínútur á hlið eða þar til þær eru fulleldaðar.

44.Lavender Quinoa salat með grænmeti

HRÁEFNI:

- 1 bolli kínóa, soðið
- 1 matskeið þurrkuð lavenderblóm
- 1 kúrbít, skorinn í sneiðar
- 1 rauð paprika, skorin í sneiðar
- 1 gul paprika, skorin í sneiðar
- 1/4 bolli fetaostur, mulinn
- 3 matskeiðar ólífuolía
- Safi úr 1 sítrónu
- Salt og pipar eftir smekk

LEIÐBEININGAR:

a) Grillið kúrbít og papriku þar til þær eru meyrar.
b) Blandaðu saman soðnu kínóa, þurrkuðum lavenderblómum, grilluðu grænmeti og muldum fetaosti í stóra skál.
c) Í sérstakri skál, þeytið saman ólífuolíu, sítrónusafa, salti og pipar.
d) Dreypið dressingunni yfir kínóasalatið og blandið varlega saman.

EFTIRLITUR

45. Lavender Bavarois

HRÁEFNI:

- 500 ml þungur rjómi
- 3 matskeiðar þurrkuð lavenderblóm
- 4 eggjarauður
- 100 grömm af strásykri
- 3 blöð gelatín
- Lavender blóm til skrauts

LEIÐBEININGAR:

a) Hellið þunga kreminu með þurrkuðum lavenderblómum. Hitið rjómann í potti þar til hann er heitur en ekki sjóðandi. Takið af hitanum, bætið þurrkuðu lavendernum út í, setjið lok á og látið malla í 30 mínútur.

b) Sigtið kremið með lavender til að fjarlægja blómin.

c) Í sérstakri skál, þeytið eggjarauður og sykur þar til það er ljóst og rjómakennt.

d) Leggið matarlímsblöðin í bleyti í köldu vatni þar til þær eru mjúkar, kreistið síðan út umfram vatn og leysið þær upp í litlu magni af heitu vatni.

e) Bætið uppleystu gelatíninu við eggjarauðublönduna og blandið vel saman.

f) Blandið rjómanum með lavender varlega saman við eggjablönduna.

g) Hellið blöndunni í matarglös eða mót og geymið í kæli þar til hún hefur stífnað.

h) Skreytið með lavenderblómum áður en borið er fram.

46. Súkkulaði Lavender Dacquoise

HRÁEFNI:
FYRIR DACQUOISE LÖGIN:
- 4 stórar eggjahvítur
- 1 bolli kornsykur
- 1 bolli malaðar möndlur
- 2 matskeiðar ósykrað kakóduft
- 1 tsk þurrkuð lavenderblóm

FYRIR SÚKKULAÐI GANACHE FYLTINGuna:
- 6 aura (170 g) hálfsætt súkkulaði, smátt saxað
- ½ bolli þungur rjómi
- 1 tsk þurrkuð lavenderblóm

LEIÐBEININGAR:
FYRIR DACQUOISE LÖGIN:

a) Forhitaðu ofninn þinn í 300°F (150°C) og klæddu tvær bökunarplötur með bökunarpappír.

b) Þeytið eggjahvíturnar í skál þar til stífir toppar myndast. Bætið kornsykrinum smám saman út í og þeytið áfram þar til marengsinn er gljáandi.

c) Blandið möndluðum möndlum, ósykrað kakódufti og þurrkuðum lavenderblómum varlega saman við þar til þau hafa blandast vel saman.

d) Píptu eða dreifðu marengsblöndunni á tilbúnu bökunarplöturnar til að búa til fjóra jafnstóra hringi.

e) Bakið í um 30 mínútur eða þar til dacquoise lögin eru stökk og stökk. Þeir geta verið með smá sprungu ofan á. Leyfðu þeim að kólna alveg.

FYRIR SÚKKULAÐI GANACHE FYLTINGuna:

f) Hitið þunga rjómann í örbylgjuofnþolinni skál þar til hann er heitur en ekki sjóðandi, eða hitið hann á helluborðinu í potti.

g) Setjið fínt saxað súkkulaðið í sérstaka hitaþolna skál.

h) Hellið heita rjómanum yfir súkkulaðið og látið standa í eina mínútu til að bræða súkkulaðið.

i) Hrærið í blöndunni þar til hún verður slétt og gljáandi. Ef þörf krefur er hægt að örbylgjuofna það í stuttum skömmtum eða setja það yfir tvöfaldan katla til að tryggja að súkkulaðið sé alveg bráðið.

j) Hrærið þurrkuðu lavenderblómunum saman við og látið ganacheið kólna aðeins.

SAMLAÐU SÚKKULAÐI LAVENDER DACQUOISINN:

k) Settu eitt dacquoise lag á framreiðsludisk eða kökustand.

l) Dreifðu ríkulegu magni af súkkulaðiganache með lavender yfir fyrsta lagið.

m) Setjið annað dacquoise lagið varlega ofan á og endurtakið ferlið þar til öll lögin eru staflað, endið með ganache ofan á.

n) Þú getur skreytt toppinn með þurrkuðum lavenderblómum til viðbótar eða stökkva af kakódufti ef vill.

o) Kældu samansetta dacquoise í kæli í að minnsta kosti klukkutíma til að leyfa bragðinu að blandast saman og ganachið að stífna.

p) Skerið og berið fram Chocolate Lavender Dacquoise sem dýrindis og glæsilegan eftirrétt.

47. Blackberry Lavender Macarons

HRÁEFNI:
BLACKBERRY LAVENDER JAM:
- 454 grömm af brómberjum, fersk eða frosin
- 133 grömm af strásykri
- 2 tsk sítrónusafi
- ½ tsk þurrkuð lavender blóm, eða ¼ tsk lavender þykkni

MAKARÓNUR:
- 100 gr eggjahvítur, stofuhita
- 60 grömm af strásykri
- ¼ tsk rjómi af vínsteini
- 110 grömm af möndlumjöli, sigtað
- 200 grömm flórsykur, sigtaður
- ¼ tsk lavender extract paste (valfrjálst)

SMJÖRFYLLING:
- 113 grömm ósaltað smjör, stofuhita
- 180 grömm af púðursykri
- 2 tsk brómberjasulta
- ¼ teskeið kosher salt

LEIÐBEININGAR:
BLACKBERRY LAVENDER JAM:
a) Í stórum potti yfir miðlungs lágum hita, blandaðu saman brómberjum, kornsykri, sítrónusafa og þurrkuðum lavenderblómum (eða lavenderþykkni).
b) Leyfið sultunni að malla í um 20 mínútur og hrærið oft þar til hún þykknar.
c) Settu sultuna yfir í glerkrukku og láttu hana kólna í stofuhita. Geymist í ísskáp í allt að tvær vikur.
d) Makkarónur:
e) Sigtið saman möndlumjöl og flórsykur í stóra skál og setjið til hliðar.
f) Þeytið eggjahvíturnar á meðalhraða í hrærivél með þeytarafestingunni þar til þær verða froðukenndar. Bætið rjóma af vínsteini saman við.
g) Bætið strásykrinum smám saman út í á meðan þeytið er áfram á meðalháu þar til mjúkir toppar myndast.

h) Bætið við 2-3 dropum af lavender extract paste (ef það er notað) og þeytið á háu þar til stífir toppar myndast.

i) Blandið helmingnum af þurrefnablöndunni varlega saman við þar til hún hefur blandast að fullu saman, blandið síðan saman þurrefnunum sem eftir eru. Blandið þar til deigið nær „rennandi hrauni".

j) Klæðið stóra bökunarplötu með sílikonmottu eða smjörpappír. Flyttu deigið í stóran sprautupoka með hringlaga odd. Pípa 1-tommu umferðir á tilbúna bökunarplötu.

k) Bankaðu nokkrum sinnum á bökunarplötuna á borðið til að koma loftbólum upp á yfirborðið og notaðu tannstöngul til að smella öllum sýnilegum loftbólum til að fá slétt yfirborð.

l) Látið makkarónurnar standa við stofuhita í 30-40 mínútur þar til húð myndast á yfirborðinu.

m) Forhitið ofninn í 300°F (150°C). Bakið makkarónurnar á miðri grind í 13-15 mínútur eða þar til þær hreyfast ekki á „fótunum" við snertingu.

n) Látið makkarónurnar kólna alveg á ofnplötunni áður en þær eru fjarlægðar.

BLACKBERRY SMJÖRFYLLING:

o) Í stórri skál með handþeytara eða hrærivél með þeytara, kremið smjörið og flórsykurinn saman þar til það er slétt.

p) Bætið um 2 tsk af kældu brómberjasultunni út í og þeytið á miklum hraða í 3-4 mínútur þar til smjörkremið er orðið létt og loftkennt.

SAMSETNING:

q) Þegar makkarónurnar eru alveg kældar og brómberjasultan er kæld skaltu para saman skeljarnar áður en þær eru fylltar.

r) Hrærið smjörkremið í kringum brún einnar makrónuskeljar og bætið lítilli skeið af brómberjasultu í miðjuna (um það bil ½ teskeið).

s) Toppið með hinni makrónuskelinni til að búa til samloku.

t) Settu samansettu makkarónurnar í loftþétt ílát og láttu þær þroskast í ísskáp í 12-24 klukkustundir.

u) Geymið makkarónurnar í kæliskápnum í allt að 5 daga, en fyrir bestu bragðið og áferðina, látið þær ná stofuhita í um klukkustund áður en þær eru borðaðar.

48. Lavender Pot de Crème

HRÁEFNI:

- 1 bolli þungur rjómi
- ½ bolli nýmjólk
- ¼ bolli þurrkaðir lavenderknappar
- 4 stórar eggjarauður
- ¼ bolli kornsykur
- 1 tsk vanilluþykkni
- Ferskir lavender greinar til skrauts (valfrjálst)

LEIÐBEININGAR:

a) Hitið þungan rjóma, nýmjólk og þurrkaða lavenderknappa í potti yfir meðalhita þar til það byrjar að malla. Takið af hitanum, lokið og látið malla í um það bil 20 mínútur.
b) Í sérstakri skál, þeytið saman eggjarauður og sykur þar til það hefur blandast vel saman.
c) Sigtið rjómablönduna með lavender í gegnum fínmöskju sigti í hreinan pott til að fjarlægja lavenderknappana.
d) Hitið rjómablönduna aftur þar til hún er orðin heit en ekki sjóðandi.
e) Hellið heitu rjómablöndunni hægt út í eggjarauðublönduna á meðan þeytt er stöðugt.
f) Hrærið vanilludropa út í.
g) Skiptu blöndunni á fjórar ramekin eða litlar krukkur.
h) Bakið í vatnsbaði við 325°F (160°C) í um það bil 30-35 mínútur eða þar til brúnirnar eru stífar en miðjan er örlítið stökk.
i) Takið þær úr ofninum, látið þær kólna niður í stofuhita og geymið síðan í kæli í að minnsta kosti 2 klukkustundir áður en þær eru bornar fram.
j) Skreytið með ferskum lavender greinum áður en það er borið fram ef vill.

49. Lavender Creme Brûlée

HRÁEFNI:
- 1 bolli þungur rjómi
- 1 bolli nýmjólk
- 4 eggjarauður
- ½ bolli kornsykur
- 2 matskeiðar þurrkaður matreiðslu lavender
- Kornsykur, til að karamellisera

LEIÐBEININGAR:
a) Forhitaðu ofninn þinn í 325°F (160°C).
b) Hitið rjóma, mjólk og þurrkaða lavender í potti yfir meðalhita þar til það byrjar að malla. Taktu af hitanum og láttu lavenderinn standa í um það bil 10 mínútur.
c) Sigtið rjómablönduna í gegnum fínmöskju sigti til að fjarlægja lavender.
d) Í sérstakri skál, þeytið saman eggjarauður og sykur þar til það hefur blandast vel saman.
e) Hellið rjómablöndunni með lavender rólega í eggjarauðublönduna og þeytið stöðugt.
f) Skiptið blöndunni á milli ramekins eða ofnþolinna rétta.
g) Setjið ramekins í eldfast mót og fyllið fatið með heitu vatni þar til það nær hálfa leið upp á hliðar ramekinanna.
h) Bakið í um það bil 35-40 mínútur, eða þar til kremið er stíft en samt örlítið kippt í miðjuna.
i) Takið ramekin úr vatnsbaðinu og látið kólna niður í stofuhita. Geymið síðan í kæli í að minnsta kosti 2 tíma eða yfir nótt.
j) Rétt áður en borið er fram, stráið þunnu lagi af strásykri ofan á hverja krem. Notaðu eldhússkyndil til að karamellisera sykurinn þar til hann myndar stökka skorpu.
k) Leyfið sykrinum að harðna í nokkrar mínútur, berið svo fram og njótið.

50. Earl Grey ís með Lavender

HRÁEFNI:
- 2 bollar þungur rjómi
- 3 Earl Grey tepokar
- 1 tsk þurrkaðir lavenderknappar
- 14 aura dós af sætri þéttri mjólk
- 4 tsk áfengi
- 1 tsk vanilluþykkni
- ½ tsk salt
- Fjólublár matarlitur

LEIÐBEININGAR:

a) Í litlum potti skaltu koma þungum rjóma og Earl Grey te upp að rétt undir suðu. Taktu það af hitanum og láttu Earl Grey blandast í þunga kremið þar til það er komið að stofuhita. Kældu í ísskáp í að minnsta kosti nokkrar klukkustundir, helst yfir nótt.

b) Valfrjálst lavender swirl: Skiptu hlýja Earl Grey þunga kremið í tvö aðskilin ílát. Bætið 1 tsk af þurrkuðum lavender knopum og einum af Earl Grey tepokanum í annan og 2 Earl Grey tepoka í hinn. Kældu yfir nótt.

c) Þegar það hefur verið kalt, taktu Earl Grey tepokana út og þeytið þungan rjóma með hinu hráefninu þar til það er stíft, um það bil 4 mínútur.

d) Valfrjálst lavender swirl: Taktu tepokana úr Earl Grey ísnum og bætið við helmingnum af sykruðu þéttu mjólkinni, 2 tsk áfengi, vanilluþykkni og ¼ tsk salti. Þeytið þar til stíft toppar. Bætið restinni af hráefnunum út í lavenderísinn til viðbótar við fjólubláa matarlitinn. Þeytið þar til stíft toppar.

e) Bætið ísnum á kökuform eða brauðform. Hyljið vel með plastfilmu og frystið þar til það er fast, að minnsta kosti 6 klst.

f) Valfrjálst lavender hvirfla: Þegar ísinn er bætt á pönnuna, gerðu það í handahófskenndum dúkkum af hverjum lit og hrærðu honum síðan varlega með skeið. Ég gerði 3 lög af skeiðum, þyrlaði hverju lagi. Hyljið vel með plastfilmu og frystið þar til það er fast, að minnsta kosti 6 klst.

51. Lavender hvít súkkulaðimús

HRÁEFNI:
- 8 aura hvítt súkkulaði, saxað
- 1 bolli þungur rjómi
- 2 tsk þurrkaður matreiðslu lavender
- 3 eggjarauður
- 2 matskeiðar kornsykur
- ½ tsk vanilluþykkni
- Fjólublár matarlitur (valfrjálst)
- Ferskir lavender greinar til skrauts (valfrjálst)

LEIÐBEININGAR:

a) Bræðið hvíta súkkulaðið í hitaþolinni skál yfir potti með sjóðandi vatni og hrærið þar til það er slétt. Takið af hitanum og látið kólna aðeins.

b) Hitið þungan rjómann og þurrkaða lavender í litlum potti yfir meðalhita þar til það byrjar að malla. Takið af hitanum og látið malla í 15 mínútur.

c) Sigtið rjómann með lavender í gegnum fínmöskju sigti í hreina skál og þrýstið á lavender til að draga úr bragðinu.

d) Í sérstakri skál, þeytið saman eggjarauður, sykur og vanilluþykkni þar til það hefur blandast vel saman.

e) Þeytið heita rjómanum með lavender smám saman út í eggjarauðublönduna.

f) Hellið blöndunni aftur í pottinn og eldið við lágan hita, hrærið stöðugt í, þar til hún þykknar og hjúpar bakhlið skeiðar. Ekki láta sjóða.

g) Takið af hitanum og hrærið brædda hvíta súkkulaðinu saman við þar til það er slétt. Bættu við nokkrum dropum af fjólubláum matarlit ef þú vilt fyrir líflegri lavender lit.

h) Leyfið blöndunni að kólna niður í stofuhita.

i) Þeytið rjómann í sérstakri skál þar til mjúkir toppar myndast.

j) Blandið þeyttum rjómanum varlega saman við kældu lavenderblönduna þar til hann hefur blandast vel saman.

k) Hellið músinni í glös eða skálar og geymið í kæli í að minnsta kosti 2 klukkustundir eða þar til hún hefur stífnað.

l) Áður en borið er fram, skreytið með ferskum lavender greinum, ef vill.

52. Pistasíu Lavender Semifreddo

HRÁEFNI:
- 1 bolli skurnar pistasíuhnetur
- ½ bolli kornsykur
- 1 matskeið þurrkaður matreiðslu lavender
- 2 bollar þungur rjómi
- 1 tsk vanilluþykkni
- 4 stórar eggjarauður
- ¼ bolli hunang
- Klípa af salti

LEIÐBEININGAR:

a) Setjið pistasíuhnetur, kornsykur og þurrkað lavender í matvinnsluvél. Púlsaðu þar til pistasíuhneturnar eru fínmalaðar.

b) Hitið þunga rjómann í potti yfir meðalhita þar til hann byrjar að malla. Takið af hitanum og hrærið möluðu pistasíublöndunni saman við. Látið malla í um 30 mínútur.

c) Eftir að blöndunni hefur verið steytt, sigtið blönduna í gegnum fínmöskju sigti, þrýstið niður á föst efni til að draga úr eins mikið bragð og hægt er. Fleygðu föstu efninu og settu síaða rjómann til hliðar.

d) Í stórri blöndunarskál, þeytið saman eggjarauður, hunang og salt þar til það hefur blandast vel saman.

e) Hellið síaða rjómablöndunni smám saman í eggjarauðublönduna og þeytið stöðugt.

f) Færið blönduna aftur í pottinn og eldið við lágan hita, hrærið stöðugt í, þar til hún þykknar og hjúpar bakhlið skeiðar. Þetta mun taka um 5-7 mínútur. Ekki láta sjóða.

g) Takið pottinn af hitanum og látið blönduna kólna alveg.

h) Þegar það hefur verið kælt skaltu hræra vanilluþykkni út í.

i) Hellið semifreddo blöndunni í brauðform eða ílát að eigin vali. Sléttið toppinn með spaða.

j) Hyljið pönnuna eða ílátið með plastfilmu og vertu viss um að það snerti yfirborð semifreddo til að koma í veg fyrir að ískristallar myndist. Settu það í frysti í að minnsta kosti 6 klukkustundir eða yfir nótt þar til það er stíft.

k) Þegar þú ert tilbúinn til að bera fram skaltu taka semifreddo úr frystinum og láta það standa við stofuhita í nokkrar mínútur til að mýkjast aðeins. Skerið það í sneiðar og berið fram.

l) Njóttu yndislegrar samsetningar af pistasíu- og lavenderbragði í Semifreddo þínum!

53. Earl Grey Lavender íssamlokur

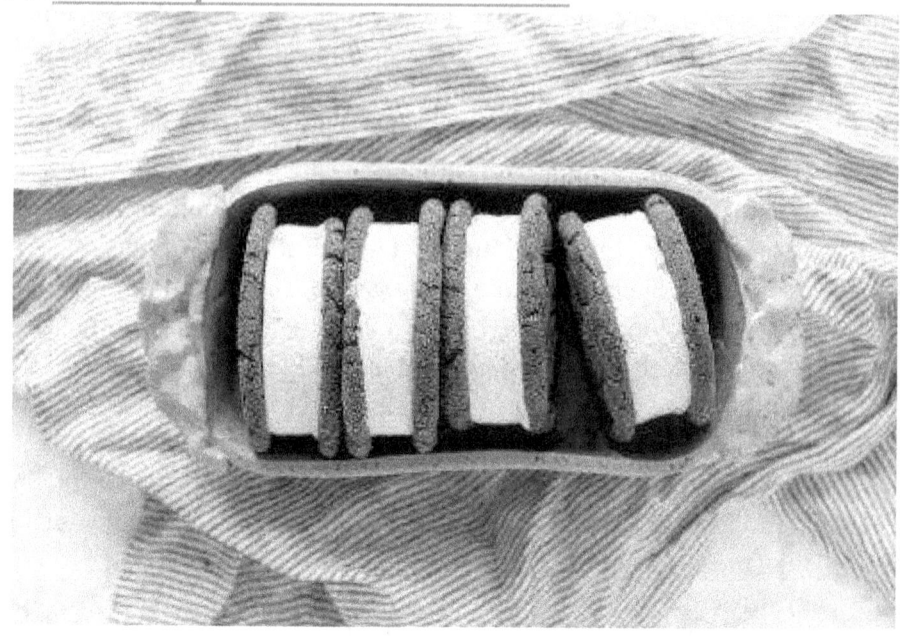

HRÁEFNI:
- 1 ½ bolli alhliða hveiti
- ½ tsk matarsódi
- ¼ tsk salt
- ½ bolli ósaltað smjör, mildað
- ½ bolli kornsykur
- ½ bolli pakkaður púðursykur
- 1 stórt egg
- 1 tsk vanilluþykkni
- 2 matskeiðar Earl Grey telauf
- 1 matskeið þurrkuð lavenderblóm
- 1 pint Earl Grey eða vanilluís

LEIÐBEININGAR:
a) Forhitaðu ofninn þinn í 375°F (190°C) og klæddu bökunarplötu með bökunarpappír.
b) Í skál, þeytið saman hveiti, matarsóda og salt.
c) Í sérstakri hrærivélarskál, kremið saman mjúka smjörið, strásykurinn og púðursykurinn þar til það er létt og loftkennt. Bætið egginu og vanilluþykkni út í og blandið þar til það hefur blandast vel saman.
d) Malið Earl Grey telaufin og þurrkuð lavenderblóm í fínt duft með því að nota kryddkvörn eða mortél og staup. Bætið teinu og lavenderduftinu við smjörblönduna og blandið þar til jafnt dreift.
e) Bætið þurrefnunum smám saman út í smjörblönduna og blandið þar til það hefur blandast saman.
f) Slepptu ávölum matskeiðum af deigi á tilbúna bökunarplötuna með um það bil 2 tommu millibili. Fletjið hverja deigkúlu aðeins út með lófanum.
g) Bakið í 10-12 mínútur eða þar til brúnirnar eru orðnar gullinbrúnar. Leyfðu kökunum að kólna alveg.
h) Taktu skeið af Earl Grey eða vanilluís og settu hann á milli tveggja smákökum.
i) Setjið íssamlokurnar inn í frysti í að minnsta kosti 1 klukkustund til að þær stífni áður en þær eru bornar fram.

54. Lavender sorbet

HRÁEFNI:

- 2 bollar vatn
- 1 bolli sykur
- 2 matskeiðar þurrkuð lavenderblóm
- 1 matskeið sítrónusafi

LEIÐBEININGAR

a) Blandið vatni og sykri saman í pott. Hitið yfir meðalhita þar til sykurinn leysist alveg upp.

b) Takið af hitanum og bætið þurrkuðu lavenderblómunum út í. Látið malla í 10-15 mínútur.

c) Sigtið blönduna til að fjarlægja lavender blómin.

d) Hrærið sítrónusafanum saman við.

e) Hellið blöndunni í ísvél og hrærið í samræmi við leiðbeiningar framleiðanda.

f) Þegar sorbetinn hefur verið hrærður skaltu flytja hann yfir í ílát með loki og frysta í nokkrar klukkustundir til að stífna.

g) Berið fram lavender sorbet í kældum skálum eða glösum fyrir ilmandi og róandi eftirrétt.

55. Lavender Honey Gelato Affogato

HRÁEFNI:
LAVENDER HUNEY GELATO:
- 2 bollar nýmjólk
- 1 bolli þungur rjómi
- ½ bolli hunang
- 2 matskeiðar þurrkuð lavenderblóm
- 5 eggjarauður
- ¼ tsk salt

AFFOGATO
- 1 skeið af lavender hunangshlaupi
- 1 skot (um 1-2 aura) af nýlaguðu espressó
- Valfrjálst: ferskir lavender greinar til að skreyta

LEIÐBEININGAR
LAVENDER HUNEY GELATO:
a) Blandið saman mjólk, rjóma, hunangi og þurrkuðum lavenderblómum í pott. Setjið pottinn yfir meðalhita og hitið blönduna þar til hún byrjar að gufa, hrærið af og til. Ekki láta sjóða.

b) Þegar það hefur gufað skaltu fjarlægja pottinn af hitanum og láta lavenderinn renna inn í blönduna í um það bil 20 mínútur.

c) Í sérstakri skál, þeytið saman eggjarauður og salt þar til það hefur blandast vel saman.

d) Hellið mjólkurblöndunni með lavender rólega í eggjarauðurnar og þeytið stöðugt til að tempra eggin.

e) Hellið blöndunni aftur í pottinn og eldið við meðalhita, hrærið stöðugt í, þar til hún þykknar og hjúpar bakhlið skeiðar. Þetta ætti að taka um 5-7 mínútur.

f) Takið pottinn af hitanum og sigtið blönduna í gegnum fínmöskju sigti til að fjarlægja lavenderblómin og soðna eggjabita. Fleygðu föstu efninu.

g) Leyfðu blöndunni að kólna niður í stofuhita, loku síðan og kældu í að minnsta kosti 4 klukkustundir eða yfir nótt til að kæla og þróa bragðið.

h) Þegar blöndunni hefur verið kælt, hellið í ísvél og hrærið í samræmi við leiðbeiningar framleiðanda þar til hlaupið nær mjúkri þéttleika.

i) Settu gelatoðið yfir í ílát með loki og frystið í að minnsta kosti 4 klukkustundir eða þar til það er stíft.

AFFOGATO

j) Settu skeið af lavender hunangshlaupi í glas eða skál.

k) Bruggaðu skot af espressó með því að nota espressóvél eða einni af öðrum bruggunaraðferðum sem nefnd voru áðan.

l) Hellið heitu espressóinu yfir skeiðina af lavender hunangshlaupi.

m) Skreytið með kvisti af ferskum lavender, ef vill.

n) Berið fram Lavender Honey Gelato Affogato strax og njóttu blöndu af rjómalöguðu gelati með arómatískum bragði af lavender og hunangi, aukið með ríkulegum espressó.

56.Sítrónu og Lavender Flan

HRÁEFNI:
- 1 bolli sykur
- 1 ½ bolli þungur rjómi
- ½ bolli nýmjólk
- 6 stór egg
- ¼ tsk salt
- ¼ bolli ferskur sítrónusafi
- 1 matskeið sítrónubörkur
- 2 tsk þurrkuð lavenderblóm
- Þeyttur rjómi og til viðbótar lavenderblóm til framreiðslu

LEIÐBEININGAR
a) Forhitið ofninn í 325°F.
b) Hitið sykurinn yfir meðalhita í meðalstórum potti, hrærið stöðugt þar til hann bráðnar og verður gullinbrúnn.
c) Hellið bræðda sykrinum í 9 tommu flan mót, hringið til að húða botn og hliðar mótsins.
d) Hitið þungan rjóma, nýmjólk, sítrónusafa, sítrónubörk og lavenderblómin í litlum potti yfir meðalhita og hrærið stöðugt þar til það er rétt að krauma.
e) Þeytið eggin og saltið saman í sérstakri skál.
f) Hellið heitu rjómablöndunni hægt út í eggjablönduna og þeytið stöðugt.
g) Sigtið blönduna í gegnum fínmöskju sigti og hellið í múffuformið.
h) Setjið mótið í stórt eldfast mót og fyllið mótið með nógu heitu vatni til að það komi hálfa leið upp með hliðum formsins.
i) Bakið í 50-60 mínútur eða þar til brauðið er stíft og kippist aðeins við þegar það er hrist.
j) Takið úr ofninum og látið kólna í stofuhita áður en það er sett í kæli í að minnsta kosti 2 klukkustundir eða yfir nótt.
k) Til að bera fram skaltu hlaupa með hníf um brúnir mótsins og hvolfa því á framreiðsludisk. Berið fram með þeyttum rjóma og strái af lavenderblómum.

57. Lavender hunangssoppur

HRÁEFNI:

- 2 bollar af vatni
- ¼ bolli af hunangi
- 1 matskeið af þurrkuðum lavenderknappum
- 1 matskeið af sítrónusafa

LEIÐBEININGAR:

a) Hitið vatnið og hunangið í litlum potti yfir meðalhita þar til hunangið leysist upp.

b) Bætið þurrkuðu lavenderknappunum í pottinn og látið malla í 5 mínútur.

c) Takið af hitanum og sigtið úr lavenderknappunum.

d) Hrærið sítrónusafanum saman við.

e) Hellið blöndunni í ísbolluform, látið lítið pláss vera efst fyrir stækkun.

f) Stingið ísspinnunum í og frystið í að minnsta kosti 4 klukkustundir eða þar til þær eru alveg frosnar.

g) Til að fjarlægja íslögin úr mótunum skaltu keyra þau undir heitu vatni í nokkrar sekúndur þar til þau losna auðveldlega.

58.Lavender Panna Cotta með sítrónusírópi

HRÁEFNI:
FYRIR LAVENDER PANNA COTTA:
- ¼ bolli vatn
- 1 umslag gelatín
- 1¾ bollar þungur rjómi
- 1 bolli nýmjólk
- ⅓ bolli sykur
- 1½ matskeið þurrkaðir lavenderknappar

FYRIR Sítrónusírópið:
- ½ bolli nýkreistur sítrónusafi
- 1 bolli sykur

LEIÐBEININGAR
FYRIR LAVENDER PANNA COTTA:

a) Húðaðu létt fjóra, 6 únsu custard diska með non-stick olíu og geymdu.

b) Bætið vatninu í lítið fat og stráið gelatíni yfir og látið standa í 5-10 mínútur til að blómstra.

c) Bætið rjóma, mjólk og sykri í lítinn pott. Hitið yfir meðalhita næstum að suðu, hrærið til að leysa upp sykurinn. Taktu af hitanum; hrærið lavenderknappunum saman við og hyljið. Látið standa og malla í 10 mínútur.

d) Setjið matarlímsfatið í örbylgjuofninn og zappið í tíu sekúndur þar til það er þunnt síróp. Bætið gelatíninu út í rjómablönduna og hrærið vel til að blandast saman.

e) Hellið blöndunni í gegnum fínmöskju sigti í aðra skál og fargið lavenderknappunum. Leyfið blöndunni að kólna niður í volg.

f) Hrærið í blöndunni og hellið henni í fjóra 6 únsu custard diska eða mót. Settu í kæli og kældu í 2-4 klukkustundir eða yfir nótt þar til það er stíft.

FYRIR Sítrónusírópið:

g) Setjið á miðlungshita í litlum potti og blandið saman sítrónusafanum og sykrinum. Látið suðuna koma upp, lækkið hitann í lágan og látið malla í 10 mínútur til að draga aðeins úr.

h) Takið af hellunni og látið kólna áður en það er sett í krukku með loki, geymið síðan í kæli þar til það er tilbúið til notkunar. Sírópið mun þykkna þegar það er kólnað.

i) Til að bera fram Panna Cotta með sítrónusírópi:

j) Til að losa hina settu panna cotta skaltu keyra hníf um innanverða brún panna cottasins.

k) Unnið er með einn rétt í einu og setjið réttinn í heitt vatn í 10 sekúndur.

l) Lyftið upp úr vatninu og með rökum fingrum, dragið gelatínið varlega frá brún formsins. Hyljið með rökum framreiðsludisk. Snúið plötunni við og takið varlega af fatinu.

m) Leggið vættan framreiðsludisk ofan á mótið. Fjarlægðu mótið varlega og dreypið sítrónusírópinu yfir.

n) Brjóttu upp ferska lavenderblóm og dreifðu þeim á sírópið. Skreytið hvern skammt með lavenderblómum.

59.No-Bake bláberja Lavender ostakaka

HRÁEFNI:
SKORPU
- 110 grömm glútenlausar grahams kex fínmuldar (um það bil 1 bolli)
- ½ tsk þurrkaðir ætir lavenderknappar grófmalaðir
- 4 matskeiðar smjör brætt

Bláberjaálegg
- 1½ bolli bláber
- ¼ bolli vatn
- 3 matskeiðar lífrænn rörsykur
- ½ tsk sítrónubörkur
- ¼ tsk vanilluþykkni
- klípa af salti
- ¾ teskeið þurrkaðir ætir lavenderknappar

OSTAKÖKUFYLLING
- ¾ bolli þungur rjómi kældur
- 8 aura af rjómaosti, við stofuhita
- 4 aura af geitaosti, við stofuhita
- ½ bolli lífrænn rörsykur
- 2 tsk sítrónubörkur
- 1 tsk vanilluþykkni
- ½ tsk þurrkaðir ætir lavenderknappar grófmalaðir

LEIÐBEININGAR
a) Setjið graham kex í matvinnsluvél. Unnið þar til þau hafa fína, sandi áferð. Flyttu yfir í meðalstóra skál. Bætið við lavender, salti og smjöri. Blandið vel saman með gaffli til að blanda smjöri í alla molana. Settu hringlaga stykki af smjörpappír í botninn á springforminu þínu. Þrýstu mola með skeið og höndum, í botninn og aðeins minna en ½ upp á hliðarnar. Vertu viss um að þrýsta þétt. Sett í frysti.

b) Setjið 1 bolla af bláberjunum og vatninu í matvinnsluvél og blandið þar til þau eru skorin í litla bita. Tæmdu blönduna í lítinn pott. Bætið sykri, sítrónuberki, vanillu og salti saman við. Látið suðuna koma upp við meðalhita, hrærið stöðugt í.

c) Bætið hinum helmingnum af bláberjunum út í. Settu lavenderinn í margnota tepoka eða ostaklútpoka, lokaðu því og bættu við sósuna.

Lækkið hitann og haltu áfram að hræra þar sem lavenderinn fer. Þegar sósan hefur þykknað, í um það bil 10 mínútur, takið hana af hellunni.
d) Haltu áfram að bratta lavenderinn í 15 til 20 mínútur í viðbót. Fjarlægðu síðan tepokann eða pokann. Látið sósuna kólna alveg.
e) Þeytið þungan rjómann í stórri skál með rafmagnshrærivél þar til mjúkir toppar myndast. Í annarri stórri skál, notaðu hrærivélina til að þeyta rjómaostinn, geitaostinn, sykur, sítrónubörk og lavender. Þegar blandan hefur blandast að fullu saman skaltu nota spaða til að blanda þeyttum rjómanum varlega saman við.
f) Takið skorpuna úr frystinum og hellið fyllingunni út í. Sléttið út með stórri skeið. Geymið í kæli í að minnsta kosti fjóra tíma best yfir nótt. Þegar það er tilbúið til framreiðslu, takið það úr kæli og sleppið úr springforminu.
g) Hellið ríflegu magni af bláberjasósu ofan á og skerið strax. Ostakaka endist í 4 daga í kæli.

60. Bláberja lavender trönuberja stökkt

HRÁEFNI:
- 3 bollar bláber
- 1 bolli trönuber
- ½ tsk fersk lavenderblóm
- ¾ bolli sykur
- 1-½ bollar mulið haframjöl graham kex
- ½ bolli púðursykur
- ½ bolli brætt smjör
- ½ bolli sneiðar möndlur

LEIÐBEININGAR:

a) Forhitaðu ofninn í 350 gráður F.
b) Blandaðu saman bláberjum, trönuberjum, lavenderblómum og sykri.
c) Blandið vel saman og hellið í 8 x 8 tommu bökunarform.
d) Blandið saman muldum kex, púðursykri, bræddu smjöri og sneiðum möndlum.
e) Myljið ofan á fyllinguna.
f) Bakið í 20 til 25 mínútur, þar til fyllingin er freyðandi.
g) Kælið í að minnsta kosti 15 mínútur áður en það er borið fram.

61. Lavender granita

HRÁEFNI:
- 2 msk. ferskir lavenderhausar
- 1/2 bolli ofurfínn sykur
- 1 bolli sjóðandi vatn
- 1 bolli kalt vatn
- 2 tsk. sítrónusafi
- 2 tsk. appelsínusafi

LEIÐBEININGAR:
a) Setjið lavenderhausana og sykurinn í skál og bætið sjóðandi vatninu út í. Hrærið vel, hyljið síðan og látið kólna alveg.
b) Sigtið og bætið síðan kældu vatni og ávaxtasafa út í. Hellið í frystiílát og frystið þar til það er næstum stíft, brotið upp með gaffli einu sinni við frystingu. Rétt áður en borið er fram skaltu brjóta upp aftur með gaffli í fallega, jafna kristalla.
c) Bragðið af þessum viðkvæma ís mun brátt hverfa, svo borðaðu það eins fljótt og auðið er.

62. Lavender Ganache trufflur

HRÁEFNI:

- 1 bolli þungur þeyttur rjómi
- 2 matskeiðar ósaltað smjör
- 2 matskeiðar hunang
- ⅓ bolli þurrkaðir lavender blómknappar
- 2 (3 aura) hágæða 72 prósent kakó súkkulaðistykki, smátt saxaðar
- 2 aura óunnið hrátt kakóduft eða hágæða, náttúrulegt ósykrað kakóduft, auk meira til að rúlla trufflunum

LEIÐBEININGAR:

a) Setjið rjómann, smjörið og hunangið í tvöfaldan katla. Hitið við meðalhita þar til þú sérð gufu rísa og litlar loftbólur myndast í kringum kantinn en blandan er ekki alveg að sjóða. Hrærið lavender út í, hyljið og slökkvið á hitanum. Leyfðu lavendernum að blandast í kremið í 15 mínútur.

b) Setjið súkkulaðið og kakóduftið í stóra blöndunarskál. Þegar lavenderkremið er komið í gegn, síið það í gegnum fínmöskju sigti beint í súkkulaðiskálina. Látið standa í 2 mínútur til að bræða súkkulaðið.

c) Eftir 2 mínútur, þeytið blönduna þar til hún er slétt og glansandi. Stafblöndunartæki virkar vel hér en er ekki nauðsynlegt.

d) Lokið skálinni. Settu skálina og 2 teskeiðar í kæli til að kæla í 2 til 5 klukkustundir. Má ekki frjósa.

e) Settu kakóduftið til að rúlla á grunna pönnu. Klæðið bökunarplötu með bökunarpappír.

f) Tilbúinn til að rúlla? Hlýjar hendur gera það að verkum að trufflurúlla er áskorun, svo vertu viss um að renna hendurnar undir mjög köldu vatni (þurrkaðu þær síðan) eða haltu í hlaupíspakka eða poka af frosnu grænmeti. Kaldar, þurrar hendur munu gera þér kleift að rúlla trufflunum með góðum árangri.

g) Skolið teskeið af súkkulaði og mótið kúlu á milli handanna, vinnið hratt. Dýfðu boltanum í kakóduftið og settu á tilbúna bökunarplötu. Endurtaktu. Þú gætir þurft að kæla hendurnar mörgum sinnum.

h) Kælið tilbúnu trufflurnar í lokuðu íláti. Þeir ættu að endast í nokkrar vikur (með aga sérfræðinga!).

63.Lavender grasaís

HRÁEFNI:
- 2 bollar þungur rjómi
- 1 bolli nýmjólk
- 3/4 bolli kornsykur
- 2 matskeiðar þurrkaðir lavenderknappar (matreiðsluflokkur)
- 5 stórar eggjarauður
- 1 tsk vanilluþykkni

LEIÐBEININGAR:
LÆTTU REYMA OG MJÓLK:
a) Blandið saman rjómanum, nýmjólkinni og þurrkuðu lavenderknöppunum í pott.
b) Hitið blönduna yfir meðalhita þar til hún byrjar að malla. Ekki sjóða.
c) Þegar það mallar, takið pottinn af hellunni og látið lavenderinn malla í blöndunni í um 20-30 mínútur.
d) Eftir að blöndunni hefur verið steytt, síið blönduna í gegnum fínmöskju sigti eða ostaklút til að fjarlægja lavenderknappana. Ýttu niður á lavender til að draga út eins mikið bragð og mögulegt er.

UNDIRBÚÐI ÍSGREIÐINU:
e) Í sérstakri skál, þeytið saman eggjarauður og sykur þar til það hefur blandast vel saman og örlítið þykknað.
f) Hellið rjómanum með lavender rólega út í eggjablönduna og þeytið stöðugt til að koma í veg fyrir að eggin steypist.
g) Setjið sameinaða blönduna aftur í pottinn.
h) Eldið vaniljónuna við meðalhita, hrærið stöðugt í, þar til hún þykknar nógu mikið til að hjúpa bakhlið skeiðar. Þetta tekur venjulega um 5-7 mínútur. Ekki láta sjóða.
i) Sigtið vanlíðan í gegnum fínmöskju sigti yfir í hreina skál til að fjarlægja bita af soðnu eggi eða lavenderleifum.
j) Látið kremið kólna niður í stofuhita. Þú getur flýtt fyrir ferlinu með því að setja skálina í ísbað.
k) Þegar kremið hefur kólnað, hrærið vanilluþykkni út í.
l) Hyljið skálina með plastfilmu og kælið í að minnsta kosti 4 klukkustundir eða yfir nótt til að leyfa bragðinu að blandast saman.

KJÆRÐU ÍSINN:
m) Hellið kældu blöndunni í ísvél og hrærið í samræmi við leiðbeiningar framleiðanda.
n) Færið ísinn í ílát með loki og frystið í nokkrar klukkustundir eða þar til hann er stífur.
o) Skelltu grasaísnum í skálar eða keilur og njóttu einstöku bragðanna!

64. Berry Lavender Pie

HRÁEFNI:
- 3 bollar blönduð ber (jarðarber, bláber, hindber, brómber)
- 1 bolli kornsykur
- 1/4 bolli maíssterkju
- 1 matskeið ferskur sítrónusafi
- 1 tsk þurrkaður matreiðslu lavender
- 1 pakki bökuskorpar í kæli (eða heimabakaðar)

LEIÐBEININGAR:
a) Forhitaðu ofninn þinn í 375°F (190°C).
b) Í stórri skál, blandaðu saman blönduðu berjum, kornsykri, maíssterkju, sítrónusafa og þurrkuðum lavender. Hrærið þar til berin eru húðuð.
c) Fletjið eina tertubotn út og setjið í tertuform. Hellið berjablöndunni í skorpuna.
d) Fletjið seinni tertubotninum út og setjið yfir berin. Skerið af umfram skorpu og krumpið brúnirnar til að loka bökunni.
e) Notaðu beittan hníf til að búa til nokkur lítil loftop í efstu skorpunni til að leyfa gufu að komast út.
f) Bakið í 40-45 mínútur eða þar til skorpan er gullinbrún og fyllingin freyðandi. Leyfið bökunni að kólna áður en hún er borin fram.

65.Lavender bláberja handbökur

HRÁEFNI:

- 2 bollar fersk bláber
- 1/2 bolli kornsykur
- 1 matskeið maíssterkju
- 1 matskeið ferskur sítrónusafi
- 1 tsk þurrkaður matreiðslu lavender
- 2 pakkar kældar kökuskorpur (eða heimabakaðar)

LEIÐBEININGAR:

a) Forhitaðu ofninn þinn í 375°F (190°C).
b) Blandið saman bláberjum, sykri, maíssterkju, sítrónusafa og þurrkuðum lavender í skál. Blandið þar til bláberin eru húðuð.
c) Fletjið bökuskorpurnar út og skerið þær í hringi.
d) Setjið bláberjablönduna með skeið á helming hringanna, skilið eftir smá kant.
e) Setjið þær umferðir sem eftir eru ofan á og þrýstið á brúnirnar til að loka. Þú getur notað gaffal til að kreppa brúnirnar.
f) Bakið í 20-25 mínútur eða þar til handbökurnar eru orðnar gullinbrúnar.
g) Leyfið þeim að kólna áður en þær eru bornar fram.

66. Lavender-poached ferskjur

HRÁEFNI:
- 4 þroskaðar ferskjur, afhýddar, grýttar og skornar í sneiðar
- 1 bolli vatn
- 1 bolli kornsykur
- 2 matskeiðar þurrkaður matreiðslu lavender

LEIÐBEININGAR:
a) Blandið vatni, sykri og þurrkuðum lavender saman í pott.
b) Látið blönduna sjóða við meðalhita og hrærið þar til sykurinn leysist upp.
c) Bætið sneiðum ferskjum út í sjóðandi vökvann.
d) Steikið ferskjurnar í um 8-10 mínútur þar til þær eru mjúkar.
e) Takið ferskjurnar úr rjúpnavökvanum og leyfið þeim að kólna.
f) Berið steiktu ferskjurnar fram með ferskum lavenderknappum (valfrjálst).

KRYDDINGAR

67. Lavender gljáa

HRÁEFNI:

- 1 bolli flórsykur
- 2 matskeiðar mjólk
- ½ tsk þurrkaðir lavenderknappar (matreiðsluflokkur)
- Fjólublár matarlitur (valfrjálst)

LEIÐBEININGAR:

a) Í litlum potti, hitið mjólkina og þurrkaða lavenderknappana við lágan hita þar til þau eru orðin heit.

b) Takið af hitanum og látið malla í um það bil 10 mínútur.

c) Sigtið mjólkina til að fjarlægja lavenderknappana.

d) Í hrærivélarskál, þeytið saman flórsykur og innrennsli mjólk þar til slétt er.

e) Stilltu lögunina með því að bæta við flórsykri eða mjólk eftir þörfum.

f) Dreypið lavendergljáanum yfir eftirréttinn og látið stífna áður en hann er borinn fram.

68. Lavender hunangssinnep

HRÁEFNI:

- ¼ bolli Dijon sinnep
- 2 matskeiðar hunang
- 1 tsk þurrkuð lavenderblóm
- 1 matskeið hvítvínsedik
- Salt og pipar eftir smekk

LEIÐBEININGAR:

a) Í lítilli skál skaltu sameina Dijon sinnep, hunang, þurrkuð lavenderblóm og hvítvínsedik.

b) Hrærið vel saman þar til allt hráefnið hefur blandast vel saman.

c) Kryddið með salti og pipar eftir smekk.

d) Berið fram sem ídýfu fyrir kjúkling, sem salatsósu eða sem gljáa fyrir grillað grænmeti.

69.Lavender innrennsli ólífuolía

HRÁEFNI:
- 1 bolli extra virgin ólífuolía
- 2 matskeiðar þurrkaðir lavenderknappar

LEIÐBEININGAR:

a) Hitið ólífuolíuna í litlum potti á lágum hita þar til hún nær um 180°F (82°C).

b) Takið pottinn af hitanum og bætið þurrkuðum lavenderknappum saman við.

c) Leyfðu olíunni að kólna niður í stofuhita og láttu hana renna í að minnsta kosti 24 klukkustundir.

d) Sigtið olíuna til að fjarlægja lavenderknappana.

e) Flyttu ólífuolíuna með lavender í hreina, loftþétta flösku.

f) Notaðu þessa olíu fyrir salatsósur, dreifðu yfir steikt grænmeti eða sem dýfuolíu fyrir brauð.

70.Lavender sykur

HRÁEFNI:
- 16 aura kornsykur
- Þurrkaðir lavenderblóm

LEIÐBEININGAR:

a) Byrjaðu á því að útbúa hreina 16 aura krukku.

b) Settu kornsykur og þurrkað lavenderblóm í krukkuna.

c) Lokið tryggilega á krukkuna.

d) Settu krukkuna á köldum, þurrum stað í tvær vikur til að leyfa bragðinu að blandast saman.

e) Eftir tvær vikur skaltu fjarlægja þurrkuðu lavender blómin varlega úr sykrinum.

f) Njóttu heimagerða lavendersykursins þíns sem yndisleg viðbót við bakstur og matreiðslu!

71.Jarðarberja Lavender sultu

HRÁEFNI:

- 1 pund jarðarber
- 1 pund sykur
- 24 lavender stilkar (skipt)
- 2 sítrónur, safi af

LEIÐBEININGAR:

a) Byrjaðu á því að þvo, þurrka og hýða jarðarberin.

b) Settu jarðarberin í stóra skál með sykrinum og 12 af lavender stilkunum. Setjið þessa blöndu á köldum stað yfir nótt til að leyfa bragðinu að blandast saman.

c) Daginn eftir skaltu fjarlægja og henda lavender stilkunum sem notaðir voru til innrennslis yfir nótt. Setjið berjablönduna í stóran pott sem er ekki úr áli.

d) Bindið saman hina 12 lavender stilka og bætið þeim við berin ásamt sítrónusafanum.

e) Eldið blönduna við meðalhita þar til hún kemur að suðu, haltu síðan áfram að elda í 20 til 25 mínútur, hrærið af og til. Vertu viss um að renna undan allri froðu sem myndast á toppnum.

f) Þegar sultan hefur þykknað og náð æskilegri þéttleika skaltu fjarlægja og henda lavender stilkunum.

g) Hellið jarðarberja lavendersultunni varlega í sótthreinsaðar krukkur og þéttið þær.

72. Lavender Marinade

HRÁEFNI:
- 1 bolli appelsínusafi
- 3 matskeiðar ólífuolía
- 2 hvítlauksrif, pressuð
- 1 tsk Dijon sinnep
- ½ tsk hver: þurrkaður lavender, basil, fennelfræ, bragðmikið
- Kosher salt og nýmalaður pipar eftir smekk

LEIÐBEININGAR:
a) Í lítilli skál, blandaðu öllu hráefninu fyrir lavender marinade.
b) Leyfðu bragðinu að blandast með því að láta marineringuna standa í að minnsta kosti 2 klukkustundir áður en þú notar hana til að marinera kjöt.
c) Til að marinera alifugla skaltu kæla kjötið í marineringunni í allt að 2 klukkustundir.
d) Til að marinera fisk, kældu fiskinn í marineringunni í allt að 30 mínútur.
e) Athugið: Þessa marinering má líka nota sem salatsósu. Til að gera það skaltu skipta ½ bolli sítrónusafa út fyrir appelsínusafann og auka ólífuolíuna í ½ bolla. Dreypið því einfaldlega yfir uppáhalds salathráefnið og njótið!
f) Þessi fjölhæfa lavender marinade bætir einstöku og arómatísku ívafi við grillað alifugla, fisk eða jafnvel sem ljúffenga salatsósu.

73. Lavender saltvatn fyrir alifugla

HRÁEFNI:
- 1 bolli appelsínusafi
- 3 matskeiðar Ólífuolía
- 2 hvítlauksrif; ýtt
- 1 tsk Dijon sinnep
- ½ teskeið Hver: þurrkaður lavender; basil, fennel fræ, bragðmiklar
- Kosher salt; nýmalaður pipar eftir smekk

LEIÐBEININGAR:
a) Blandið öllu hráefninu í lítið fat.
b) Leyfðu bragðefnum að blandast að minnsta kosti 2 klukkustundum áður en því er hellt yfir kjötið.
c) Marineraðu alifugla í allt að 2 klukkustundir í kæli; fisk í allt að 30 mínútur.

74. Blóðappelsínu lavendermarmelaði

HRÁEFNI:
- 6 blóðappelsínur
- 4 bollar sykur
- 4 bollar vatn
- 2 matskeiðar þurrkaðir lavenderknappar

LEIÐBEININGAR:
a) Skerið appelsínurnar í þunnar sneiðar.
b) Blandaðu saman blóðappelsínusneiðum, sykri, vatni og þurrkuðum lavenderknappum í pott.
c) Látið malla þar til hýðið er mjúkt.
d) Sjóðið hratt þar til stillingu er náð.
e) Hellið í sótthreinsaðar krukkur, innsiglið og kælið.

75.Heimagerð Lavender olía

HRÁEFNI:
- 1/4 bolli af þurrkuðum lavenderblómum
- 1 bolli af hlutlausri olíu (td vínberja-, kanola- eða safflorolía)

LEIÐBEININGAR:
a) Settu þurrkuðu lavenderblómin í hreina, þurra glerkrukku með loftþéttu loki.
b) Hitið hlutlausa olíuna í potti eða örbylgjuofni þar til hún er orðin heit, en ekki sjóðandi. Þú getur hitað hann á eldavélinni við lágan hita eða örbylgjuofn með stuttu millibili.
c) Hellið heitu olíunni yfir þurrkuðu lavenderblómin í krukkunni. Gakktu úr skugga um að blómin séu alveg á kafi í olíunni.
d) Lokaðu krukkunni þétt með lokinu.
e) Látið krukkuna standa á köldum, dimmum stað í um það bil 1-2 vikur. Þetta gerir lavender ilminum kleift að renna inn í olíuna.
f) Hristu krukkuna varlega á nokkurra daga fresti til að hjálpa til við að dreifa lavenderilminum jafnt.
g) Eftir innrennslistímabilið skal sía olíuna í gegnum fínmöskju sigti eða ostaklút í hreint, þurrt ílát. Þetta mun fjarlægja lavender blómin og skilja eftir þig með lavender-innrennsli olíu.
h) Geymið lavenderolíuna á köldum, dimmum stað til að viðhalda ferskleika hennar. Það ætti að endast í nokkrar vikur til nokkra mánuði.
i) Heimagerð lavenderolía er gagnleg í ýmsum tilgangi, þar á meðal ilmmeðferð, nudd eða sem innihaldsefni í bað- og líkamsvörur. Þú getur líka notað það sparlega við matreiðslu og bakstur til að bæta lúmskum blómakeim við rétti og eftirrétti.

76.Lavender Vanillu Buttercream Frosting

HRÁEFNI:
- 225 grömm ósaltað smjör um 1 bolli
- 450 grömm flórsykur sigtaður (um 4 bollar)
- 1/2 tsk vanilluþykkni
- 2 dropar Lavender ilmkjarnaolía
- Violet Wilton Gel matarlitur [8]
- Skreytingarpoki [9]
- #125 frostábending [5]
- Wilton Lavender sykurstökk [6]

LEIÐBEININGAR:

a) Í hrærivél, notaðu spaðafestinguna til að blanda smjörinu á meðalstórt þar til það er fölt og loftkennt. Þetta mun taka um 2 mínútur.

b) Slökktu á hrærivélinni og skafðu niður hliðarnar. Bætið um helmingnum af púðursykrinum út í. Kveikið á hrærivélinni á lágt. Blandið þar til innihaldsefni eru samþætt og slökktu síðan á hrærivélinni. Skafa hliðarnar niður aftur.

c) Bætið restinni af púðursykrinum út í. Kveiktu aftur á hrærivélinni á lágum tíma. Blandið þar til innihaldsefnin eru samþætt og blandið síðan saman við miðlungs í 2 mínútur. Slökktu á og skafðu hliðarnar niður aftur.

d) Kveiktu á hrærivélinni og blandaðu í 3 mínútur. Frostið mun aukast í rúmmáli.

e) Slökktu á hrærivélinni og skafðu niður hliðarnar. Bætið vanilluþykkni og 1 dropa af Lavender ilmkjarnaolíu út í. Blandið á lágt og smakkið til. Ef lavender bragðið er of létt fyrir þinn smekk skaltu bæta við 1 dropa af Lavender ilmkjarnaolíu til viðbótar og blanda aftur.

f) Bætið nú örlítið af matarlit við. Blandið á lágt þar til liturinn er einsleitur. Þú gætir viljað bæta við meiri gel lit fyrir dekkri, dýpri lit. Þetta gæti tekið nokkrar lotur af blöndun og skafa þar til allur liturinn er í samræmi í gegn.

g) Settu frostpinna í skreytingarpokann. Færðu frostið í pokann og frostaðu bollakökurnar þínar.

77.Lavender hunang Wasabi

HRÁEFNI:

- ¼ bolli Wasabi Paste
- 2 matskeiðar hunang
- 1 tsk þurrkuð lavenderblóm
- 1 matskeið hvítvínsedik
- Salt og pipar eftir smekk

LEIÐBEININGAR:

e) Blandaðu saman Wasabi Paste, hunangi, þurrkuðum lavenderblómum og hvítvínsediki í lítilli skál.
f) Hrærið vel saman þar til allt hráefnið hefur blandast vel saman.
g) Kryddið með salti og pipar eftir smekk.
h) Berið fram sem ídýfu fyrir kjúkling, sem salatsósu eða sem gljáa fyrir grillað grænmeti.

78. Lavender Vanilla Meyer sítrónumarmelaði

HRÁEFNI:
- 8 Meyer sítrónur
- 3 1/2 bollar sykur
- 1 matskeið þurrkaður lavender
- 1 vanillustöngufræ skafin

LEIÐBEININGAR:
a) Til að undirbúa sítrónurnar - skerið sítrónurnar í báta langsum. Notaðu beittan hníf til að klippa hvítu kornið frá brún hvers fleyg, en ekki henda því út. Fjarlægðu og fargaðu öllum fræjum.
b) Skerið sítrónurnar í bita. Stærðin á bitunum er á stærð við hýðina í marmelaði, svo ef þú vilt stökkara marmelaði skaltu skera í stærri bita og öfugt.
c) Settu sítrónurnar í stóran pott á eldavélinni og gefðu þér nóg pláss.
d) Taktu frátekna maríuna og bindðu það í ostaklút eða bættu í lausa blaða tepoka. Bætið þessu í pottinn.
e) Hyljið sítrónurnar með vatni og látið suðuna koma upp. Sjóðið í 20 mínútur og smakkið börk til að sjá hvort hann sé nógu mjúkur til að borða hann. Það gæti verið bitur á þessum tímapunkti vegna þess að það er enginn sykur. Ef hýðið þitt er ekki eins mjúkt og þú vilt hafa það, haltu áfram að elda - þau mýkjast ekki lengur þegar sykrinum er bætt við.
f) Fjarlægðu kartöflupokann og kreistu vökvann í pottinn. Fargaðu pokanum.
g) Bætið sykrinum í pottinn. Lækkið niður í suðu og látið malla.
h) Þú getur prófað tilbúið marmelaði á tvo vegu. Sælgætishitamælir er auðveldasti og heimskulegasti - þegar hann nær 220-222 gráður F, þá er hann búinn. Ef þú átt ekki sælgætishitamæli skaltu setja lítið fat í frysti. Til að prófa marmeladið þitt skaltu skeiða smá á réttinn. Ef það hrukkar er það búið. Ferlið ætti að taka 20-30 mínútur.
i) Þegar marmelaði er tilbúið skaltu slökkva á hitanum og hræra saman við lavender og vanillu. Látið kólna í 15 mínútur.
j) Sótthreinsaðu 6 sultukrukkur og fylltu með kældu marmelaði. Lokaðu þétt.

79. Sítrónu Lavender Marmelaði

HRÁEFNI:
- 4 sítrónur, börkur og safi
- 1 msk þurrkaðir lavenderknappar
- 1/4 bolli sykur
- 1/4 bolli vatn

LEIÐBEININGAR:

a) Blandið saman sítrónubörk, sítrónusafa, þurrkuðum lavenderknappum, sykri og vatni í pott. Látið malla þar til blandan þykknar.
b) Sjóðið hratt þar til æskilegri þéttleika er náð.
c) Hellið í sótthreinsaðar krukkur, innsiglið og látið kólna.

DRYKKIR

80. Romm, Ube og Lavender Lassi

HRÁEFNI:
- ½ bolli soðin og maukuð ube (fjólublá yam)
- 1 bolli hrein jógúrt
- ¼ bolli romm
- 2 matskeiðar hunang (stilla eftir smekk)
- ½ tsk þurrkaðir lavenderknappar
- Ísmolar

LEIÐBEININGAR:
a) Byrjaðu á því að elda og mauka ube:
b) Afhýðið og sneið í teninga.
c) Sjóðið eða látið gufusjóða þar til það er mjúkt og auðvelt að mauka það.
d) Stappaðu soðnu ubeina með gaffli eða kartöflustöppu þar til það er slétt. Látið það kólna í stofuhita.
e) Blandaðu saman maukuðu ube, venjulegri jógúrt, rommi og hunangi í blandara.
f) Bætið þurrkuðu lavenderknappunum í blandarann. Þú getur notað mortéli og staup til að mylja lágendablóma aðeins áður en þú bætir þeim við, sem mun hjálpa til við að losa meira bragð.
g) Bætið handfylli af ísmolum í blandarann til að gera lassíið þitt gott og kalt.
h) Blandið öllu þar til slétt og vel blandað saman.
i) Smakkaðu lassíið og stilltu sætleikann með því að bæta við meira hunangi ef þarf.
j) Þegar þú ert sáttur við bragðið og samkvæmnina skaltu hella lassíinu í glös.
k) Skreytið Rom, Ube og Lavender Lassi með strá af þurrkuðum lavenderknappum eða kvisti af ferskum lavender, ef þú hefur eitthvað við höndina.
l) Berið fram strax og njóttu einstaka og hressandi lassi!

81.Bláberja Lavender innrennsli vatn

HRÁEFNI:
- ½ bolli bláber
- 4 bollar vatn
- Lavender æt blóm

LEIÐBEININGAR:
a) Setjið hráefnin í könnu.
b) Kældu í hálftíma.
c) Sigtið og hellið yfir ísmola áður en þið berið fram.

82.Gúrka Lavender Vatn

HRÁEFNI:
- 1 agúrka, afhýdd og saxuð
- 2 ferskir lavender greinar
- 2 lítrar af lindarvatni

LEIÐBEININGAR:

a) Settu hráefnin í múrkrukkuna þína.

b) Settu nú í ísskápinn þinn þar til hann er kalt áður en þú berð fram.

83. Greipaldin-lavender vatn

HRÁEFNI:
- 1 greipaldin, afhýdd og saxuð
- 2 ferskir lavendelgreinar, varlega skornar
- 5 fersk myntublöð, varlega skorin

LEIÐBEININGAR:
a) Settu hráefnin í glerflösku.
b) Fylltu það upp með vatni.
c) Setjið í ísskáp í að minnsta kosti 3 klst.
d) Berið fram kælt eða með ísmolum.

84.Appelsína og lavender

HRÁEFNI:
- 1 appelsína, afhýdd
- 2 ferskir lavendelgreinar, varlega skornar

LEIÐBEININGAR:
a) Setjið allt hráefnið í glerflösku. Fylltu með vatni.
b) Hrærið með tréskeið og geymið í kæli áður en þið berið fram.

85. Sweet Lavender Milk Kefir

HRÁEFNI:
- 4 bollar mjólkurkefir
- 2 matskeiðar þurrkaðir lavender blómahausar
- Lífrænn rörsykur eða stevía

LEIÐBEININGAR:
a) Gerðu hefðbundið mjólkurkefir, láttu kefirið gerjast við stofuhita í 24 klukkustundir.
b) Sigtið úr kefirkornunum og færið þau yfir í nýmjólk.
c) Hrærið lavenderblómhausunum út í mjólkurkefirið. Ekki bæta við blómahausunum á meðan kefirkornin eru enn í kefirinu.
d) Settu lokið á kefir og láttu það sitja við stofuhita yfir nótt. Önnur gerjun ætti að vara í 12 til 24 klukkustundir.
e) Sigtið kefirið til að losna við blómahausana.
f) Bætið við reyrsykri eða stevíu. Hrærið sætuefnið í kefirið.

86.Bláberja sítrónu Lavender kefir

HRÁEFNI:

- 4 bollar af fyrstu gerjun
- 10 fersk eða frosin bláber, helst lífræn
- ¼ bolli sítrónusafi
- ¼ tsk matreiðslu lavender

LEIÐBEININGAR:

a) Gerðu fyrstu gerjunina og láttu krukkuna liggja á heitum stað í 24-48 klukkustundir.
b) Bætið sítrónusafa og matreiðslu lavender í hreina snúningsflösku.
c) Bætið bláberjum í flöskuna, einu í einu, kreistið berin örlítið svo safinn rennur.
d) Sigtið korn og bætið fyrstu gerjuninni í flöskuna með sítrónusafa, lavender og bláberjum.
e) Lokaðu snúningsflöskunni og láttu hana liggja á heitum stað í 24 klukkustundir fyrir seinni gerjunina.
f) Geymið í kæli þar til það er vel kælt.
g) Opnaðu hægt, þenjaðu og njóttu!

87.Lavender mjólkurte

HRÁEFNI:
- 3 Earl Grey tepokar
- ½ bolli tapíókaperlur
- 2 matskeiðar púðursykur
- 1 matskeið þurrkuð lavenderblóm
- ½ bolli möndlumjólk
- 1 bolli ís

LEIÐBEININGAR

a) Sjóðið 2 bolla af vatni og takið af hitanum.

b) Bætið lausu lavenderblómunum í teinnrennsli og setjið í heita vatnið ásamt tepokanum, látið standa í 5 mínútur.

c) Fjarlægðu tepokana og teinnrennsli og leyfðu teinu að ná stofuhita.

d) Á meðan teið er að kólna látið sjóða í litlum potti af vatni, bæta við tapíókaperlunum, minnka hitann og malla í 5-6 mínútur.

e) Sigtið perlurnar, bætið í litla skál og hrærið púðursykrinum saman við. Setjið til hliðar og kælið alveg.

f) Skiptið bleytu tapíókaperlunum og sírópinu jafnt á milli tveggja glösa.

g) Skiptið ísnum á milli glösanna og toppið með steiktu teinu og endið með möndlumjólk.

h) Hrærið og berið fram strax.

88. Rósa- og Lavendervín

HRÁEFNI:
- 1 flaska af Pinot Grigio
- 5 rósablöð
- 2 stilkar af lavender

LEIÐBEININGAR:
a) Bætið kryddjurtunum beint í opna vínflöskuna.
b) Lokaðu þétt.
c) Látið malla í 3 daga á köldum eða kældum stað.
d) Sigtið rósablöðin og lavender.
e) Berið fram í glasi.
f) Skreytið með rósablöðum og lavender.

89. Myntu og lavender te

HRÁEFNI:
- ½ bolli myntulauf
- 2 matskeiðar agave nektar
- 2 matskeiðar þurrkaður lavender

LEIÐBEININGAR:
a) Sameina allt hráefni.
b) Hellið 4 bollum af sjóðandi vatni út í.
c) Berið fram kælt.

90. Bláberja og lavender íste

HRÁEFNI:
- 1 matskeið sítrónusafi
- ½ bolli bláber
- 2 matskeiðar þurrkaður lavender
- 6 bollar sjóðandi vatn
- 6 tepokar

LEIÐBEININGAR:
a) Settu sjóðandi vatn og tepoka í könnu.
b) Leyfðu því að setja í nokkrar mínútur.
c) Losaðu þig við tepoka.
d) Setjið í restina af hráefninu.

91. Tangerínu og lavender íste

HRÁEFNI:
- 1 ½ tsk þurrkaður lavender
- 1 mandarína, afhýdd og skorin
- 8 bollar vatn
- 8 tepokar
- Hunang

LEIÐBEININGAR:
a) Komdu vatni að rúllandi suðu.
b) Sett í tepoka og látið malla í 5 mínútur; síið teið í könnu.
c) Setjið restina af hráefninu.
d) Kælið og berið fram yfir muldum ís.

92. Lavender & Fennel Seed Te

HRÁEFNI:
- 1 bolli vatn
- ½ tsk lavender buds
- nokkur þurrkuð rósablöð
- 10-12 myntublöð
- ½ tsk fennelfræ

LEIÐBEININGAR:
a) Hitið vatnið í katli eða pönnu þar til það byrjar að sjóða.
b) Bætið lavenderknappum, rósablöðum, fennelfræjum og myntulaufum í kaffipressu.
c) Bætið heita vatninu við.
d) Leyfðu blöndunni að blandast í 4 mínútur.
e) Þrýstu stimplinum niður.
f) Berið teið fram í bolla.

93.Lavender -Rosemary líkjör

HRÁEFNI:
- 750 millilítra vodkaflaska
- 1 grein af fersku rósmarín, skolað
- 2 greinar af ferskum lavender, skolaðir

LEIÐBEININGAR:
a) Setjið kryddjurtir í Mason krukku.
b) Hellið vodka í krukkuna.
c) Hristið það upp nokkrum sinnum og látið það vera í þrjá til fimm daga.
d) Sigtið kryddjurtirnar af.

94.Vanilla, earl grey og lavender latte

HRÁEFNI:
- ½ bolli heitt vatn (ekki sjóðandi)
- 1 skot af espressó eða ½ bolli af sterku kaffi
- ½ bolli mjólk
- 1 Earl Grey tepoki
- ½ tsk þurrkaðir lavenderknappar (stilla eftir smekk)
- ½ tsk hreint vanilluþykkni
- Hunang eða sætuefni að eigin vali (valfrjálst)

LEIÐBEININGAR:
FYRIR EARL GREY TE-INNRÆSINU:
a) Byrjaðu á því að setja Earl Grey tepokann eða lausblaða teið í bolla eða krús.
b) Hitið ½ bolla af vatni þar til það nær rétt undir suðumarki, um 180°F eða 82°C, hellið því síðan yfir tepokann eða laufin.
c) Leyfðu teinu að draga í 3-5 mínútur, stilltu tímalengdina þannig að það passi við þann styrk sem þú vilt. Síðan skaltu fjarlægja tepokann eða sía lausblaða teið.

FYRIR LATTE:
d) Bruggaðu skot af espressó eða undirbúið sterkan kaffibolla með því að nota kaffivélina sem þú vilt.
e) Á meðan kaffið er að lagast, hitaðu varlega ½ bolla af mjólk í litlum potti á lágum til meðalhita þar til það er heitt en ekki sjóðandi. Ef þú ert með mjólkurfroðubúnað geturðu notað hann til að freyða mjólkina fyrir aukna rjóma.
f) Bættu nýlagaða espressóinu eða kaffinu í bollann þinn og blandaðu því saman við tilbúið innrennsli af Earl Grey te.
g) Settu ½ tsk af þurrkuðum lavenderknappum í bollann og stilltu magnið að þínum smekk. Ekki hika við að bæta við meira eða minna til að ná æskilegu magni af lavenderbragði.
h) Setjið ½ teskeið af hreinu vanilluþykkni í blönduna og hrærið vel í til að blanda innihaldsefnunum saman.
i) Ef þú vilt frekar sætan latte, þá er komin tími til að bæta við hunangi eða sætuefninu. Byrjaðu á 1-2 tsk og stilltu eftir sætleikastigi sem þú vilt.

j) Hellið heitu, freyðandi mjólkinni varlega í bollann með skeið til að halda aftur af froðunni og leyfið mjólkinni að flæða fyrst.
k) Valfrjálst, fyrir glæsilega framsetningu, skreytið Vanilla, Earl Grey og Lavender Latte með því að stökkva af þurrkuðum lavenderknappum eða lavenderblómi.
l) Ljúktu því með því að stinga í strá eða langa skeið, hrærðu rólega í latte þínum og njóttu róandi og arómatískrar bragðblöndu í þessum einstaka drykk!

95. Honey Lavender kaffi

HRÁEFNI:
- 1 bolli heitt lagað kaffi
- ½ aura lavender síróp
- ½ aura hunang

LEIÐBEININGAR:
a) Blandið saman kaffi, lavendersírópi og hunangi.

96. Lavender sítrónudropi

HRÁEFNI:
- 2 aura Lavender-innrennsli Vodka
- 1 eyri Triple Sec
- ½ únsa ferskur sítrónusafi
- Lavender grein til skrauts

VODKA með LAVENDER:
- ¼ bolli þurrkaðir lavenderknappar
- 1 bolli vodka

LEIÐBEININGAR:
LAVENDER-GRETT VODKA
a) Í hreinni glerkrukku, blandaðu saman þurrkuðum matreiðslu-lavenderknappum og vodka.

b) Lokaðu krukkunni og láttu hana standa á köldum, dimmum stað í um 24-48 klukkustundir til að fylla hana. Smakkið til af og til til að tryggja að það nái æskilegu magni af lavenderbragði.

c) Þegar það hefur verið innrennsli að þínum smekk skaltu sía vodkann í gegnum fínt möskva sigi eða ostaklút til að fjarlægja lavenderknappana. Flyttu vodka með lavender-innrennsli aftur í hreina flösku eða krukku.

FYRIR LAVENDER Sítrónudropa:
d) Fylltu kokteilhristara með ís.

e) Bætið 2 únsum af vodka með Lavender, 1 únsu af Triple Sec og ½ únsu af ferskum sítrónusafa í hristarann.

f) Hristið kröftuglega þar til það er vel kælt.

g) Sigtið blönduna í kælt martini glas.

h) Skreytið Lavender sítrónudropa með kvisti af fersku lavender.

i) Njóttu Lavender Lemon Drop kokteilsins með yndislegum blóma- og sítruskeim!

97. Lavender-Honey Digestif

HRÁEFNI:
- 2 bollar vodka
- ¼ bolli þurrkuð lavenderblóm
- ¼ bolli hunang
- 1 bolli vatn

LEIÐBEININGAR:

a) Blandaðu saman vodka, þurrkuðum lavenderblómum, hunangi og vatni í glerkrukku.

b) Lokaðu og láttu það renna inn á köldum, dimmum stað í 2 til 3 vikur, hrist af og til.

c) Sigtið og geymið í hreinni flösku.

98. Lavender liqueur

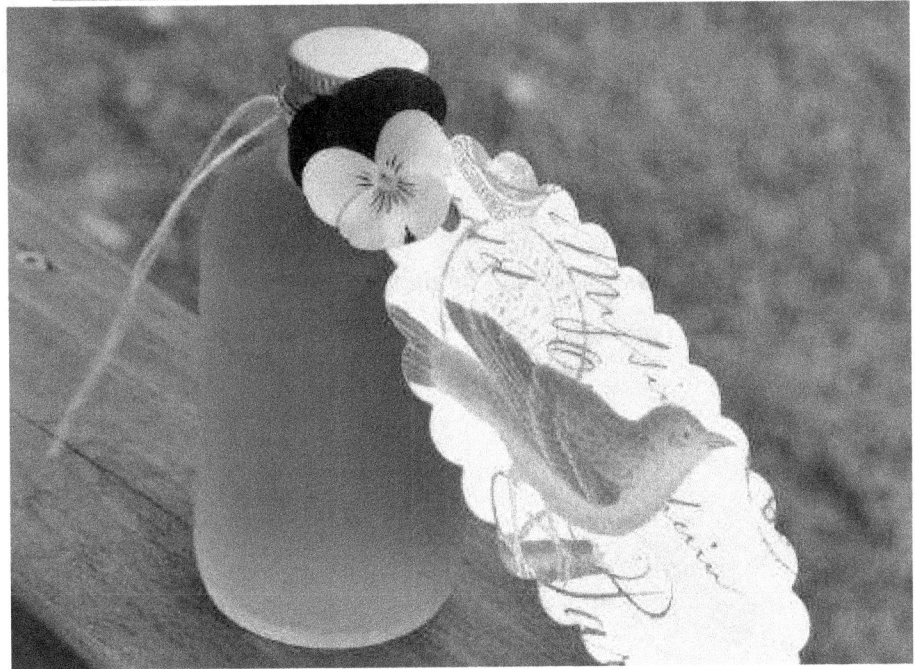

HRÁEFNI:
- 6 T a b le skeiðar Þurrkaðir Lavender Petals
- 1 Fimmti 80-Proof Vodka
- 1 bolli sykursíróp

LEIÐBEININGAR:
a) Bröttu blöðin inn vodka í eina viku.
b) Sigtið í gegnum ostaklút.
c) Bætið sykursírópinu út í og njótið .

99.Lavender Cappuccino

HRÁEFNI:
- 2 matskeiðar skyndikaffi
- 2 matskeiðar kornsykur
- 2 matskeiðar heitt vatn
- 1 bolli mjólk (hvaða sem er)
- ½ tsk matreiðslu lavender buds
- 1 tsk lavender síróp eða þykkni
- Ísmolar

LEIÐBEININGAR:
a) Blandið saman skyndikaffinu, kornsykri og heitu vatni í blöndunarskál.
b) Notaðu rafmagnshrærivél eða þeytara, þeytið blönduna á miklum hraða þar til hún verður þykk og froðukennd. Þetta tekur venjulega um 2-3 mínútur.
c) Hitið mjólkina við vægan hita í litlum potti þar til hún er orðin heit. Bætið matreiðslu lavender brumunum út í mjólkina og látið malla í um það bil 5 mínútur.
d) Sigtið mjólkina til að fjarlægja lavenderknappana og setjið innrennslismjólkina aftur í pottinn.
e) Bætið lavendersírópinu eða útdrættinum við innrennslismjólkina og hrærið vel til að blanda saman.
f) Fylltu glas með ísmolum.
g) Hellið mjólkinni með lavender yfir ísmola og fyllið glasið um það bil þrjá fjórðu.
h) Setjið þeytta kaffið ofan á mjólkina og myndar lagskipt áhrif.
i) Hrærið lögunum varlega saman áður en þið njótið.
j) Valfrjálst er hægt að skreyta með því að stökkva af matreiðslu lavender brum eða lavender sykri ofan á.
l) Berið Cappuccino Lavender ískaffið fram kælt og njótið!

100. Lavender Proffee

HRÁEFNI:
- 1 Café Latte próteinhristingur
- 2 tsk þurrkaður matreiðslu lavender
- 1 tsk hunang

LEIÐBEININGAR:
a) Sjóðið hunang, vatn og matreiðslu lavender til að búa til einfalt síróp.
b) Bætið sírópinu í glas fyllt með ís.
c) Helltu í Café Latte próteinhristinginn og njóttu!

NIÐURSTAÐA

Þegar við ljúkum arómatískri ferð okkar í gegnum " UNDIRKYNDIR LAVENDEL FÉLAGIÐ 2024," vonum við að þú hafir upplifað gleðina við að uppgötva fegurð og fjölhæfni lavender. Hver uppskrift á þessum síðum er tilefni af viðkvæmu bragði, róandi eiginleikum og sjónrænni aðdráttarafl sem lavender færir sköpunarverkunum þínum - til vitnis um þá yndislegu möguleika sem þessi fjölhæfa jurt býður upp á.

Hvort sem þú hefur smakkað sætleika eftirrétta sem innihalda lavender, tekið slökun á lavender ilmmeðferð eða gert tilraunir með bragðmikla rétti sem innihalda lavender, þá treystum við því að þessar uppskriftir hafi kveikt ástríðu þína fyrir því að fella lavender inn í ýmsa þætti lífs þíns. Fyrir utan lavender-akrana og blómin, megi hugmyndin um að uppgötva fegurð og fjölhæfni lavender verða uppspretta innblásturs, slökunar og hátíð þeirrar gleði sem fylgir hverri yndislegri sköpun.

Þegar þú heldur áfram að kanna heim lavender, megi " UNDIRKYNDIR LAVENDEL FÉLAGIÐ 2024" vera traustur leiðarvísir þinn og bjóða þér upp á ýmsar yndislegar uppskriftir sem sýna fegurð og fjölhæfni þessarar ástsælu jurtar. Hér er til að njóta viðkvæms kjarna lavender, umfaðma róandi augnablik og njóta fegurðarinnar sem fylgir hverri ljúflingu sem inniheldur lavender. Lavender skál!

www.ingramcontent.com/pod-product-compliance
Lightning Source LLC
Chambersburg PA
CBHW071822110526
44591CB00011B/1182